RAÐÍSU GLÆÐI. KANNA FJÖLHÆFNI LÍFLEGS GRÆNS

Matreiðsluævintýri með radísum. Uppgötvaðu djarfar bragðtegundir og 100 skapandi uppskriftir

Elías Bui

Höfundarréttur Efni ©202 3

Allt Réttindi Frátekið

Nei hluti af þessu bók má vera notað eða send inn Einhver formi eða af Einhver þýðir án the almennilegur skrifað samþykki hins útgefanda og höfundarréttur eigandi, nema fyrir stutt tilvitnanir notað inn a endurskoðun. Þetta bók ætti ekki vera talið a staðgengill fyrir læknisfræðilegt, löglegt, eða annað pr af essional ráðh.

EFNISYFIRLIT

EFNISYFIRLIT **3**
KYNNING **6**
Morgunmatur **8**
   1. Radísu og avókadó ristað brauð 9
   2. Radísur og jurtakremostbagel 11
   3. Mustard Microgreen & Radish eggjakaka 13
   4. Morgunverðarpönnu með radísu og eggjum 15
   5. Radísur og spínat eggjakaka 17
   6. Radish Hash Browns 19
   7. Radish Breakfast Burrito 21
   8. Frittata með radísu og geitaosti 23
   9. Radísur og beikon morgunmatur 25
   10. Radish pönnukökur 27
   11. Radish Microgreens-fyllt egg 29
   12. Radísa og reyktur laxbagel 31
   13. Radísur og jógúrt parfait 33
   14. Radísur og beikon morgunverðarsalat 35
   15. Radísur og skinku morgunverðarpappír 37
   16. Radísur , þistilhjörtur og kotasæla 39
SNILLINGAR OG FORréttir **41**
   17. Wonton salat með rækjum 42
   18. Pera, Radish Microgreen & Prosciutto Bite 44
   19. Rækjur Tempura 46
   20. Túnfisk- og radísalatsamloka _ _. 48
   21. Pera, Radish Microgreen & Prosciutto Bite 50
   22. Radish Microgreen & Lime Dip 52
   23. Snjóbauna Skjóta Daikon Rolls 54
   24. Radish Puffs með Mustard Micros 56
   25. Ætar blóma vorrúllur 58
   26. Kryddaður vetrargrýti 60
SUSHI, CEVICHE OG CARPACCIO **62**
   27. Radísur og lax Carpaccio 63
   28. Futomaki 65
   29. Grænmetiscarpaccio 68
   30. Suðvestur Ceviche 70
   31. Radish og Avocado Sushi Roll 72

32. Citrusy Radish og Túnfiskur Ceviche 74
33. Radísur og rækjur Sushi Nigiri 76
34. Radísur og gúrka sushi rúlla 78
35. Radish og hörpuskel Ceviche 80
36. Radís og túnfiskur Sushi Nigiri 82
37. Túnfiskur Carpaccio með rucola, radísu, chili og sítrónu 84
38. Radísur og grænmetis sushi rúlla 86
39. Radísa og kolkrabbi Ceviche 88

AÐALRÉTTUR 90
40. Steik Tacos og Salsa 91
41. Lambakjöt í vínsósu & örlauf 93
42. Kínóa og radish microgreens skál 95
43. Taco Truck Tacos 97
44. Hawaiian Grillaður túnfiskur með þangi og radish 99
45. Gufusoðnar nautakjötsbollur 102
46. Crusted yuzu tofu með radish 104
47. Steiktur yuzu kjúklingur með japönsku salati 106
48. Gufusoðinn fiskur 108
49. Japanskt risotto með sveppum 110
50. Steiktur kjúklingur með pistasíupestó 112
51. Garður fersk pizza 114

SÚPUR, PÖTUR OG CHILI 116
52. Rjómalöguð radísúpa 117
53. Krydduð radísu og gulrótarsúpa 119
54. Radísu og kartöflusúpa 121
55. Radish Greensúpa 123
56. Kæld radísúpa 125
57. Radísur og rófusúpa 127
58. Radísur og tómatsúpa 129
59. Radísu og kókos karrýsúpa 131
60. Radísu og spínatsúpa 133
61. Radísur og sveppasúpa 135

SALÖT 137
62. Steiktar sætar kartöflur og prosciutto salat 138
63. Vatnsmelóna með radish microgreens salati 140
64. Regnbogasalat 142
65. Örgræn og snjóbautasalat 144
66. Örgrænt vorsalat 146
67. Bitursætt granateplasalat _ 148

68. Þang og grænt salat ... 150
69. Radísur og agúrkusalat ... 152
70. Peking þang salat ... 154
71. Sólblómasprota salat ... 156
72. Aspas salat ... 158
73. Spirulina sjávarsalat ... 160
74. Flott salat fyrir laxaelskendur ... 162
75. Garðtúnfiskmakkarónusalat ... 164
76. Ube salat með kókosdressingu ... 166
77. Radísu og feta salat ... 168
78. Radísur og maíssalat ... 170
79. Radísusalat og kjúklingabaunasalat ... 172
80. Ristað radísa, appelsínu- og hvítbaunasalat ... 174
81. Radísusalat og kínóa ... 176

HLIÐAR ... 178
82. Brenndar radísur ... 179
83. Radískálssalat ... 181
84. Hunangsristaðar radísur ... 183
85. Súrsaðar radísur ... 185
86. Hvítlaukur radísur ... 187
87. Radísa og eplasalat ... 189
88. Miso gljáðar radísur ... 191
89. Radís Kimchi ... 193

DRYKKIR ... 196
90. Pea Shoot & Radish Smoothie ... 197
91. Radish límonaði ... 199
92. Spicy Radish Bloody Mary ... 201
93. Radish Mint Mojito ... 203
94. Radish Ginger Detox Smoothie ... 205
95. Radísur og berjasmoothie ... 207
96. Radish agúrka kælir ... 209
97. Radish Orange Mocktail ... 211
98. Radish Ananas Punch ... 213
99. Radish Grapefruit Spritzer ... 215
100. Radish Mocktail Sunrise ... 217

NIÐURSTAÐA ... 219

KYNNING

Velkomin í heim radish matargerðar! Í þessari matreiðslubók bjóðum við þér að leggja af stað í matreiðsluferð sem fagnar fjölhæfni og lifandi bragði radísna. Oft er litið framhjá því sem salatskreyting, radísur hafa svo miklu meira að bjóða. Með stökkri áferð og piparbragði bæta radísur hressandi og einstaka þætti í ýmsa rétti. Þessi matreiðslubók er leiðarvísir þinn til að opna alla möguleika þessa auðmjúka grænmetis.

Radísur eru ekki bara fyrir salöt; hægt er að breyta þeim í ljúffenga rétti sem sýna djörf bragðið og áferðina. Allt frá einföldum en seðjandi forréttum til töfrandi aðalrétta og jafnvel yndislegra eftirrétta, radísur geta verið stjarna sýningarinnar. Þessi matreiðslubók miðar að því að kynna þér heim uppskrifta sem byggjast á radísum sem munu koma á óvart og gleðja bragðlaukana þína.

Á þessum síðum muntu uppgötva fjársjóð skapandi uppskrifta sem sýna fram á fjölhæfni radísna. Allt frá stökkum radísusölum og súrsuðum radísu kryddi til bragðmiklar ristaðar radísur og radísufylltar súpur, við höfum sett saman safn sem sýnir fjölbreyttar leiðir sem radísur geta notið. Hvort sem þú ert aðdáandi þessa líflega rótargrænmetis eða ert forvitinn að kanna möguleika þeirra, þá hefur þessi matreiðslubók eitthvað fyrir alla.

En þessi matreiðslubók er meira en bara samansafn af uppskriftum. Við leiðum þig í gegnum mismunandi afbrigði af radísum, gefum ráð um val og geymslu þeirra og deilum tækni til að útbúa radísur á einstakan og ljúffengan hátt. Hvort sem þú ert vanur kokkur eða nýliði í eldhúsinu, munum við útbúa þig með þekkingu og innblástur til að gera radísur að stjörnu máltíða þinna.

Svo hvort sem þú ert að leita að því að bragðbæta réttina þína, kanna nýjan sjóndeildarhring matreiðslu eða einfaldlega kunna að meta fegurð þessa vanmetna grænmetis, láttu Radish Delights. Að kanna fjölhæfni líflegs grænmetis vertu leiðarvísir þinn. Vertu tilbúinn til að leggja af stað í bragðmikið ævintýri og uppgötvaðu óteljandi leiðir þar sem radísur geta lyft matargerðarsköpun þinni.

Morgunmatur

1. Radísu og avókadó ristað brauð

HRÁEFNI:
- 2 sneiðar af heilhveitibrauði, ristaðar
- 1 þroskað avókadó, maukað
- 4-6 radísur, þunnar sneiðar
- Salt og pipar eftir smekk

LEIÐBEININGAR:
a) Dreifið maukuðu avókadó jafnt á ristuðu brauðsneiðarnar.
b) Toppið með sneiðum radísum.
c) Stráið salti og pipar yfir.
d) Njóttu sem opin samloka.

2.Radísur og jurtakremostbagel

HRÁEFNI:
- 2 beyglur, sneiddar og ristaðar
- 4 matskeiðar kryddjurtirjómaostur
- 1/2 bolli sneiðar radísur
- 2 matskeiðar saxaður ferskur graslaukur
- Salt og pipar eftir smekk

LEIÐBEININGAR:
a) Dreifið rjómaosti jafnt á hvern ristað beygluhelming.
b) Toppið með sneiðum radísum.
c) Stráið söxuðum graslauk ofan á.
d) Kryddið með salti og pipar.
e) Berið fram opið andlit.

3.Mustard Microgreen & Radish eggjakaka

HRÁEFNI:
- 4 egg
- 1 msk steinselja, söxuð
- ólífuolía
- 40 grömm af sinnepsmikrógrænu
- 4 radísur, sneiddar
- 2 vorlaukar, skornir í sneiðar
- Klípa salt
- Klípa pipar

LEIÐBEININGAR:
a) Í skál , þeytið saman eggin og steinseljuna þar til þau eru rækilega innbyggð; kryddið með salti og pipar.
b) Steikið vorlaukinn, radísurnar og örgrænuna í ólífuolíu .
c) Steikið eggjakökuna í 3 mínútur eftir að eggjablöndunni er hellt yfir grænmetið.
d) Snúið eggjakökunni við og steikið í 2 mínútur í viðbót.

4.Morgunverðarpönnu með radísu og eggjum

HRÁEFNI:
- 1 bolli sneiðar radísur
- 2 egg
- 1 matskeið ólífuolía
- Salt og pipar eftir smekk

LEIÐBEININGAR:
a) Hitið ólífuolíu á pönnu yfir miðlungshita.
b) Bætið niðursneiddum radísum út í og steikið í 5 mínútur þar til þær byrja að mýkjast.
c) Brjótið eggin í pönnuna, kryddið með salti og pipar og steikið þar til það er tilbúið.
d) Berið fram heitt.

5.Radísur og spínat eggjakaka

HRÁEFNI:
- 3 egg
- 1/4 bolli sneiðar radísur
- 1/4 bolli fersk spínatlauf
- 1/4 bolli rifinn cheddar ostur
- Salt og pipar eftir smekk
- 1 matskeið smjör

LEIÐBEININGAR:
a) Þeytið eggin í skál með salti og pipar.
b) Bræðið smjör í non-stick pönnu við meðalhita.
c) Bætið niðursneiddum radísum út í og steikið í 2 mínútur þar til þær eru aðeins mjúkar.
d) Bætið spínatlaufum út í og eldið þar til það er visnað.
e) Hellið þeyttum eggjunum yfir grænmetið.
f) Stráið rifnum cheddar osti yfir.
g) Eldið þar til eggjakakan er stíf.
h) Brjótið eggjakökuna í tvennt og berið fram heita.

5. Radish Hash Browns

HRÁEFNI:
- 2 bollar rifnar radísur
- 1/4 bolli hægeldaður laukur
- 1/4 bolli alhliða hveiti
- 1 egg, þeytt
- Salt og pipar eftir smekk
- Jurtaolía til steikingar

LEIÐBEININGAR:

a) Blandið saman rifnum radísum, hægelduðum lauk, hveiti, þeyttu eggi, salti og pipar í skál.
b) Hrærið vel saman þar til öll innihaldsefnin hafa blandast jafnt inn.
c) Hitið jurtaolíu á pönnu yfir miðlungshita.
d) Setjið skeiðar af radísublöndunni á pönnuna og fletjið þær út í bökunarbollur.
e) Eldið þar til það er gullbrúnt á hvorri hlið.
f) Tæmið á pappírshandklæði og berið fram heitt.

7. Radish Breakfast Burrito

HRÁEFNI:
- 2 stórar tortillur
- 4 hrærð egg
- 1/2 bolli sneiðar radísur
- 1/4 bolli niðurskornir tómatar
- 1/4 bolli hakkað ferskt kóríander
- Salt og pipar eftir smekk

LEIÐBEININGAR:
a) Hitið tortillurnar í pönnu eða örbylgjuofni.
b) Setjið hrærð egg, sneiðar radísur, sneiða tómata og saxaða kóríander í miðju hverrar tortillu.
c) Kryddið með salti og pipar.
d) Brjótið hliðarnar á tortillunni yfir fyllinguna og rúllið henni upp.
e) Berið fram heitt.

8.Frittata með radísu og geitaosti

HRÁEFNI:
- 6 egg
- 1/2 bolli sneiðar radísur
- 1/4 bolli mulinn geitaostur
- 1/4 bolli saxað ferskt dill
- Salt og pipar eftir smekk
- 1 matskeið ólífuolía

LEIÐBEININGAR:
a) Forhitið ofninn í 350°F (175°C).
b) Þeytið eggin í skál með salti, pipar og söxuðu dilli.
c) Hitið ólífuolíu í ofnþolinni pönnu yfir miðlungshita.
d) Bætið sneiðum radísum út í og steikið í 2 mínútur þar til þær eru aðeins mjúkar.
e) Hellið þeyttu eggjunum í pönnuna og stráið síðan muldum geitaosti yfir.
f) Eldið á helluborðinu í 3-4 mínútur þar til brúnirnar eru stífar.
g) Settu pönnuna yfir í forhitaðan ofn og bakaðu í 10-12 mínútur þar til frittatan er full stíf.
h) Takið úr ofninum, skerið í sneiðar og berið fram heitt.

9.Radísur og beikon morgunmatur

HRÁEFNI:
- 2 stórar tortillur
- 4 sneiðar af soðnu beikoni
- 1/2 bolli sneiðar radísur
- 1/4 bolli rifið salat
- 2 matskeiðar majónesi
- Salt og pipar eftir smekk

LEIÐBEININGAR:
a) Hitið tortillurnar í pönnu eða örbylgjuofni.
b) Dreifið majónesi jafnt á hverja tortillu.
c) Setjið soðið beikon, sneiðar radísur og rifið salat á aðra hliðina á hverri tortillu.
d) Kryddið með salti og pipar.
e) Rúllaðu upp tortillu, stingdu í hliðarnar til að festa fyllinguna.
f) Berið fram sem morgunverðarpakka.

0.Radish pönnukökur

HRÁEFNI:
- 1 bolli rifnar radísur
- 1/4 bolli alhliða hveiti
- 1/4 bolli saxaður grænn laukur
- 1 egg, þeytt
- Salt og pipar eftir smekk
- Jurtaolía til steikingar

LEIÐBEININGAR:

a) Blandið saman rifnum radísum, alhliða hveiti, saxuðum grænum lauk, þeyttu eggi, salti og pipar í skál.
b) Hrærið vel saman þar til öll innihaldsefnin hafa blandast jafnt inn.
c) Hitið jurtaolíu á pönnu yfir miðlungshita.
d) Setjið skeiðar af radísublöndunni á pönnuna og fletjið þær út í pönnukökur.
e) Eldið þar til það er gullbrúnt á hvorri hlið.
f) Tæmið á pappírshandklæði og berið fram heitt.

1.Radish Microgreens-fyllt egg

HRÁEFNI:

- 9 egg
- ¼ bolli majónesi
- 2 matskeiðar mjúkt tófú
- klípa salt
- 2 matskeiðar saxað radish microgreens
- 3 tsk tilbúið sinnep
- 2 sneiðar ferskar radísur

LEIÐBEININGAR:

a) Harðsjóðið eggin í 9-11 mínútur, eða þar til þau eru rétt tilbúin.
b) Afhýðið eggin og skerið þau varlega í tvennt.
c) Fjarlægðu gulu miðjuna og settu þær í skál.
d) Blandið því sem eftir er af hráefnunum (nema söxuðum radísum) vandlega saman við.
e) Setjið innihaldið aftur í eggin og skreytið með bita af ferskri radish og nokkrum radish microgreen greinum.

2. Radísa og reyktur laxbagel

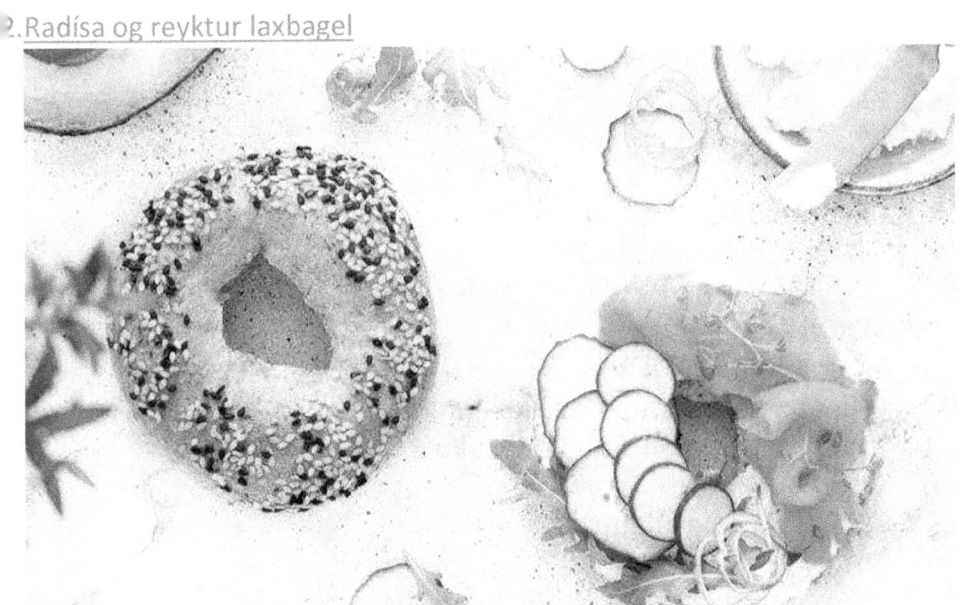

HRÁEFNI:

- 2 beyglur, sneiddar og ristaðar
- 4 aura reyktur lax
- 1/4 bolli sneiðar radísur
- 2 matskeiðar rjómaostur
- 1 matskeið saxað ferskt dill
- Salt og pipar eftir smekk

LEIÐBEININGAR:

a) Dreifið rjómaosti jafnt á hvern ristaðan beygjuhelming.
b) Toppið með reyktum laxasneiðum.
c) Stráið sneiðum radísum og söxuðu dilli yfir.
d) Kryddið með salti og pipar.
e) Berið fram opið andlit.

3.Radísur og jógúrt parfait

HRÁEFNI:
- 1 bolli hrein grísk jógúrt
- 1/4 bolli sneiðar radísur
- 1/4 bolli granóla
- 1 matskeið hunang
- Fersk myntulauf til skrauts

LEIÐBEININGAR:
a) Leggðu gríska jógúrt, sneiðar radísur og granóla í glas eða skál.
b) Dreypið hunangi ofan á.
c) Skreytið með fersku myntulaufi.
d) Berið fram kælt.

4.Radísur og beikon morgunverðarsalat

HRÁEFNI:
- 4 bollar blandað salatgrænmeti
- 4 sneiðar af soðnu beikoni, mulið
- 1/2 bolli sneiðar radísur
- 1/4 bolli kirsuberjatómatar, helmingaðir
- 2 matskeiðar balsamic vínaigrette

LEIÐBEININGAR:

a) Í stórri salatskál, blandið saman blönduðu grænmeti, mulið beikon, sneiðar radísur og helminga kirsuberjatómata.
b) Dreypið balsamic vínaigrette yfir salatið.
c) Hrærið varlega til að húða allt hráefnið.
d) Berið fram strax.

5.Radísur og skinku morgunverðarpappír

HRÁEFNI:
- 2 stórar tortillur
- 4 sneiðar af soðinni skinku
- 1/2 bolli sneiðar radísur
- 1/4 bolli barnaspínat lauf
- 2 matskeiðar majónesi
- Salt og pipar eftir smekk

LEIÐBEININGAR:
a) Hitið tortillurnar í pönnu eða örbylgjuofni.
b) Dreifið majónesi jafnt á hverja tortillu.
c) Setjið soðna skinku, sneiðar radísur og spínatblöð á annarri hliðinni á hverri tortillu.
d) Kryddið með salti og pipar.
e) Rúllaðu upp tortillu, stingdu í hliðarnar til að festa fyllinguna.
f) Berið fram sem morgunverðarpakka.

6.Radísur , þistilhjörtur og kotasæla

HRÁEFNI:

- 3 stór egg
- 1/4 bolli kotasæla
- 1/4 bolli sneiðar radísur
- 1/4 bolli hakkað þistilhjörtu (niðursoðinn eða marineraður)
- 2 matskeiðar saxaðar ferskar kryddjurtir (eins og steinselja, graslaukur eða basilíka)
- Salt og pipar eftir smekk
- 1 matskeið ólífuolía

LEIÐBEININGAR:

a) Þeytið eggin í skál þar til þau eru þeytt vel. Kryddið með salti og pipar.
b) Hitið ólífuolíuna í eldfastri pönnu yfir meðalhita.
c) Bætið niðursneiddum radísum út í og steikið í um 2-3 mínútur þar til þær eru aðeins mjúkar.
d) Bætið söxuðum þistilhjörtunum á pönnuna og steikið í 1-2 mínútur til viðbótar þar til þær eru orðnar í gegn.
e) Hellið þeyttum eggjunum í pönnuna og passið að þau hylji grænmetið jafnt.
f) Látið eggin malla óáreitt í nokkrar mínútur þar til botninn fer að stífna.
g) Lyftu brúnum eggjakökunnar varlega með spaða og hallaðu pönnunni til að ósoðið egg streymi að brúnunum.
h) Setjið kotasæluna á annan helming eggjakökunnar með skeið .
i) Stráið söxuðum kryddjurtum yfir kotasæluna.
j) Brjótið hinn helminginn af eggjakökunni yfir kotasæluhliðina.
k) Haltu áfram að elda í eina mínútu í viðbót eða þar til eggjakakan er soðin í þann hæfileika sem þú vilt.
l) Renndu eggjakökunni á disk og skerðu hana í tvennt ef vill.

SNILLINGAR OG FORréttir

17.Wonton salat með rækjum

HRÁEFNI:
- 4 bollar blandað grænmeti
- 1/2 bolli soðnar rækjur
- 1/2 bolli agúrka í teningum
- 1/2 bolli niðurskornir kirsuberjatómatar
- 1/4 bolli niðurskorinn rauðlaukur
- 1/4 bolli sneið radísa
- 8 wonton umbúðir, steiktar og saxaðar

KLÆÐINGAR:
- 3 matskeiðar ólífuolía
- 2 matskeiðar balsamik edik
- 1 tsk Dijon sinnep
- 1 tsk hunang
- Salt og pipar eftir smekk

LEIÐBEININGAR:

a) Í stórri skál, blandaðu saman blönduðu grænmeti, soðnum rækjum, hægelduðum agúrku, sneiðum kirsuberjatómötum, hægelduðum rauðlauk og sneiðum radísu.

b) Í lítilli skál, þeytið saman ólífuolíu, balsamik edik, Dijon sinnep, hunang, salt og pipar til að gera dressinguna.

c) Hellið dressingunni yfir salatið og blandið saman.

d) Toppið með söxuðum steiktum wontons.

e) Berið fram strax.

18. Pera, Radish Microgreen & Prosciutto Bite

HRÁEFNI:

- 8 aura af mjúkum geitaosti
- 6 aura prosciutto, skorinn í strimla
- 2-eyri pakki af radish microgreens
- ¼ bolli nýkreistur sítrónusafi
- 2 perur, sneiddar

LEIÐBEININGAR:

a) Dreypið sítrónusafa yfir hverja perusneið.
b) ¼ teskeið af mjúkum geitaosti á annan helming perusneiðarinnar og skiptið svo um hráefnin og hinn helminginn.
c) Dreifið annarri ¼ teskeið af mjúkum geitaosti ofan á efstu perusneiðina, fylgt eftir með samanbrotinni ræmu af prosciutto og ögn af mjúkum geitaosti, síðan radish microgreens.
d) Setjið saman perusneiðarnar sem eftir eru og berið fram með meira radish microgreens ofan á.

19.Rækjur Tempura

HRÁEFNI:

SLAGUR:
- 2 bollar kökumjöl 2 egg; barinn
- 2 bollar ísvatn

TEMPURA SÓSA:
- 1 bolli sojasósa ½ bolli Mirin
- bollar Vatn
- 1 tsk MSG (valfrjálst)
- 1 japönsk radísa (daikon), rifin

TEMPURA:
- 1 pund Stór rækja
- 6 lg. Sveppir; sneið
- sneiðar eggaldin; skorið í ræmur 6 ræmur sellerí, 3" langar
- Gulrætur - skornar í 3" langar ræmur
- sneiðar Sweet Squash - skorið í 3" langar ræmur
- Olía til djúpsteikingar Alhliða hveiti

LEIÐBEININGAR:

a) Blandið kökumjöli saman við egg og ísvatn þar til deigið er aðeins kekkt. Slappaðu af. Til að búa til sósuna skaltu blanda sojasósu, mirin, vatni og MSG saman í pott og sjóða upp.

b) Setjið lítið magn af sósu í pínulitlar undirskálar með 1 tsk af rifnum radish á hverri. Setja til hliðar.

c) Undirbúið tempura, skel og devein rækju og látið skottið vera ósnortið. Fletjið örlítið út með kröftugum hnífi eða flatri hlið á þungum hníf svo rækjur krullist ekki á meðan þær eru eldaðar.

d) Raðið rækjum, sveppum, eggaldin, sellerí, gulrótum, sætum leiðsögn aðlaðandi á stóran bakka eða fat. Hitið olíu í djúpum katli í 350F. Þeytið deigið. Dýfðu rækjum í alhliða hveiti, síðan í kælt deig, hrist til að fjarlægja umfram deig.

e) Setjið í djúpa fitu og steikið þar til rækjur koma upp á yfirborðið.

f) Á meðan rækjur eru að gubba á yfirborði olíunnar, setjið aðeins meira deig ofan á hverja rækju og eldið þar til deigið er stökkt og örlítið gullið.

g) Snúðu einu sinni og fjarlægðu með skeið eða gaffli og tæmdu á grind. Haltu heitu. Dýfðu grænmetinu í hveiti og deig og eldaðu á sama hátt.

h) Haltu áfram að elda og tæma rækjur og grænmeti, nokkrar í einu

20.Túnfisk- og radísalatsamloka

HRÁEFNI:

- 320 g túnfisksteikur í dós
- 4 sneiðar af heilmjölsfræjaðri brauði
- 50 g maískorn
- 2 matskeiðar majónesi
- 1 örgræn radísa
- Smá af möluðum svörtum pipar og salti

LEIÐBEININGAR:

a) Bætið túnfisknum í blöndunarskál og blandið honum saman við maískornið.
b) Bætið majónesi út í og kryddið með nýstökkuðum pipar og salti eftir smekk.
c) Skerið bleiku radísuna í þunnar sneiðar og dreifið fyllingunni á milli tveggja brauðsneiða.
d) Leggið radísuna yfir túnfiskblönduna og bætið brauðsneiðunum sem eftir eru ofan á.

21. Pera, Radish Microgreen & Prosciutto Bite

HRÁEFNI:
- 8 aura af mjúkum geitaosti
- 6 aura prosciutto, skorinn í strimla
- 2-eyri pakki af radish microgreens
- ¼ bolli nýkreistur sítrónusafi
- 2 perur, sneiddar

LEIÐBEININGAR:
a) Dreypið sítrónusafa yfir hverja perusneið.
b) ¼ teskeið af mjúkum geitaosti á annan helming perusneiðarinnar og skiptið svo um hráefnin og hinn helminginn.
c) Dreifið annarri ¼ teskeið af mjúkum geitaosti ofan á efstu perusneiðina, fylgt eftir með samanbrotinni ræmu af prosciutto og ögn af mjúkum geitaosti, síðan radish microgreens.
d) Setjið saman perusneiðarnar sem eftir eru og berið fram með meira radish microgreens ofan á.

22.Radish Microgreen & Lime Dip

HRÁEFNI:
- 4 aura Radish microgreens
- 2 aura kóríander
- 8 aura af sýrðum rjóma
- 1 matskeið gulur laukur, rifinn
- 1 hvítlauksgeiri, rifinn
- 2 matskeiðar lime safi eða eftir smekk
- salt eftir smekk
- rauðar piparflögur eftir smekk

LEIÐBEININGAR:
a) Blandaðu saman örgrænu, kóríander, lauk, hvítlauk og sýrðum rjóma í blandara þar til það er slétt.
b) Smakkið til með limesafa, salti og ögn af rauðum piparflögum.
c) Berið fram með franskar, grænmeti, grilluðu kjöti og öðru meðlæti.

23. Snjóbauna Skjóta Daikon Rolls

HRÁEFNI:
- 1 agúrka, smátt skorin
- Safi úr 1 sítrónu
- 1 matskeið saxuð myntulauf
- 1 matskeið tamari
- 1 matskeið radish spíra
- 12 shiso lauf
- 2 matskeiðar yuzu safi
- 1 matskeið hrísgrjónaedik
- 1 matskeið rifinn galangal
- 1 daikon radísa, fínt skorin í 12 langar ræmur
- 1 msk snjóbaunasprotar, söxuð
- 1 þroskað avókadó, smátt skorið
- Svart sesamfræ, til að skreyta

LEIÐBEININGAR:
a) Raðaðu blöðunum af daikon á vinnuborð.
b) Hvert daikon blað ætti að hafa 1 shiso lauf á því.
c) Blandið tamari, hrísgrjónaediki, galangal og sítrónusafa saman í skál; setja það til hliðar.
d) Blandið saman snjóbaunasprotum, avókadó, gúrku og myntu í skál.
e) Bætið sítrónudressingunni út í og hrærið.
f) Dreifið blöndunni jafnt yfir daikon blöðin, setjið hluta á hvorn enda.
g) Rúllaðu því þétt upp, þannig að rúllan snúi frá þér.
h) Færið rúllurnar yfir á disk, toppið með spírunum og skvett af yuzu safa.

24. Radish Puffs með Mustard Micros

HRÁEFNI:

- 2 laufabrauðsplötur, skornar í 12 bita
- 1 hrært egg
- 5 aura af muldum geitaosti
- 10 til 12 radísur í þunnar sneiðar
- Handfylli sinneps örgrænu
- 1 tsk sjávarsalt

LEIÐBEININGAR:

a) Hitið ofninn í 400 gráður.
b) Setjið sætabrauð á bökunarplötur og búið til smá vör á styttri hliðinni með því að brjóta báða endana yfir.
c) Notaðu eggjaþvott til að pensla sætabrauðið. Notaðu gaffal til að stinga hvert sætabrauð nokkrum sinnum.
d) Bakið kökur í 8 til 10 mínútur, þar til þær eru gullinbrúnar og loftkenndar.
e) Dreifið geitaosti á kruðeríin og skreytið með niðurskornum radísum.
f) Bakið í 8 til 10 mínútur í viðbót, eða þar til sætabrauðið er gullbrúnt og radísurnar eru hálfgagnsærar.
g) Toppið hvert sætabrauð með örgrænu og smá salti og berið fram strax.

25.Ætar blóma vorrúllur

Hráefni:
VORRÚLLUR
- 8 radísur, skornar í strimla
- 5 grænir laukar, skornir í strimla
- ½ gúrka, skorin í strimla
- ½ rauð paprika, skorin í strimla
- ½ gul paprika, skorin í strimla
- 1 avókadó, skorið í strimla
- ½ bolli ferskar kryddjurtir, gróft saxaðar
- ½ bolli æt blóm eftir heil
- 9 hrísgrjónapappírsvorrúlluumbúðir

SÓSA
- 3 matskeiðar möndlusmjör
- 1 matskeið sojasósa
- 1 matskeið lime safi
- 1 matskeið hunang
- 1 tsk rifinn engifer
- 1 matskeið heitt vatn

LEIÐBEININGAR:
a) Blandið öllu hráefninu í sósuna saman í skál.
b) Fylltu grunnt fat með heitu vatni. Vinnið eitt í einu, setjið hrísgrjónapappír varlega í heita vatnið í um það bil 15 sekúndur, eða þar til það er mjúkt og teygjanlegt.
c) Færðu pappírinn á rakt yfirborð.
d) Vinnið hratt, staflaðu fyllingum á hrísgrjónapappírinn í langa, mjóa röð og skildu eftir um 2 tommur á hvorri hlið.
e) Brjótið hliðar hrísgrjónapappírsins yfir hauginn og rúllið síðan varlega.
f) Hyljið fullunnar vorrúllur með röku pappírshandklæði þar til þær eru tilbúnar til að borða.
g) Berið fram með möndlusmjörsdýfingarsósu, mögulega sneið í tvennt til að bera fram.

26.Kryddaður vetrargrýti

HRÁEFNI:

- 1 rauðlaukur; skrældar sneiðar
- 1 græn paprika; sáð og skorið
- 1 rauð eða gul paprika; sáð og skorið
- 1 rófa; skrældar og þunnt
- 2 bollar Blómkálsblóm
- 2 bollar Spergilkál
- 1 bolli Baby gulrætur; snyrt
- ½ bolli radísur í þunnar sneiðar
- 2 matskeiðar Salt
- 1½ bolli Ólífuolía
- 1 gulur laukur; skrældar og fínt; hakkað
- ⅛ teskeið saffranþræðir
- Klípa túrmerik, malað kúmen, svartur pipar, paprika, cayenne, salt

LEIÐBEININGAR:

- ☑ Setjið tilbúna grænmetið í stóra skál, stráið 2 matskeiðum af salti yfir og bætið köldu vatni út í.
- ☑ Daginn eftir, skolaðu grænmetið af og skolaðu það. Undirbúið marineringuna með því að sjóða laukinn, kryddið og saltið í ólífuolíu í 10 mínútur.
- ☑ Dreifið grænmetinu í 9 x 13 tommu fat. Hellið heitri marineringunni yfir þær.
- ☑ Færið í skrautskál til að bera fram, annað hvort kalt eða við stofuhita.

SUSHI, CEVICHE OG CARPACCIO

7.Radísur og lax Carpaccio

HRÁEFNI:
- 1/2 pund ferskur lax, þunnar sneiðar
- Radísur, þunnar sneiðar
- Ferskur sítrónusafi
- Extra virgin ólífuolía
- Salt og pipar eftir smekk
- Ferskt dill til skrauts

LEIÐBEININGAR:
a) Raðið laxasneiðunum á framreiðsludisk.
b) Setjið radísusneiðarnar yfir laxinn.
c) Dreypið sítrónusafa og ólífuolíu yfir laxinn og radísurnar.
d) Kryddið með salti og pipar.
e) Skreytið með fersku dilli.
f) Berið fram kældan sem léttan og glæsilegan carpaccio.

8. Futomaki

HRÁEFNI:
FYRIR SOÐAÐA ÞURKAÐA DAIKON RADISU
- 1 únsa þurrkuð daikon radísa, lögð í bleyti og skorin í langar ræmur
- 2/3 bolli shiitake dashi súpukraftur
- 3 matskeiðar sojasósa
- 2 matskeiðar sykur
- 1 matskeið mirin

FYRIR EGGAOMETTU
- 2 egg
- 2 tsk sykur
- Canola olía

FYRIR FUTOMAKI RÚLLUR
- 4 blöð af nori
- 6 bollar tilbúin sushi hrísgrjón
- 1 agúrka, snyrt og skorin langsum

LEIÐBEININGAR:
a) Blandið saman shiitake dashi súpu, sojasósu, sykri og mirin í pott.
b) Látið suðuna koma upp.
c) Bætið kanpyo út í og látið malla við vægan hita þar til vökvinn er næstum horfinn. Látið kólna.

UNDIRBÚÐU TAMAGOYAKI
d) Þeytið egg og sykur í skál.
e) Hitið rapsolíu á pönnunni og passið að hjúpa pönnuna.
f) Bætið eggjablöndunni saman við til að búa til þunnt lag.
g) Rúllaðu síðan eggjaeggjakökunni rólega saman eða brjótið saman til að búa til þykkt valsaða eggjaköku.
h) Takið af pönnunni og leyfið því að kólna. Skerið það í langa stangir.

GERÐU FUTOMAKI SUSHI RÚLLUNA

i) Leggðu plastfilmu yfir bambusmottuna.
j) Setjið þurrkuð, ristuð þang yfir plastfilmuna á bambusmottunni.
k) Dreifið jafnt ¼ skammti af sushi-hrísgrjónum ofan á þurrkað þarablað.
l) Setjið kanpýó, eggjaköku og gúrkustangir lárétt á hrísgrjónin í miðjunni.
m) Rúllaðu upp bambusmottunni, þrýstu fram á við til að móta sushiið í strokk.
n) Þrýstu þétt á bambusmottuna og fjarlægðu hana úr sushiinu.
o) Skerið rúllað Futomaki sushi í hæfilega stóra bita.

29.Grænmetiscarpaccio

Hráefni:

- 3 rauðrófur í mismunandi litum; bleikur, gulur og hvítur
- 2 gulrætur í mismunandi litum; gult og fjólublátt
- 2 Jerúsalem ætiþistlar
- 4 radísur
- 1 rófa
- ¼ bolli ólífuolía
- 4 matskeiðar vínedik
- 1 brauðsneið, í teningum
- 2 matskeiðar furuhnetur
- 1 matskeið graskersfræ
- 2 matskeiðar valhnetuolía
- 1 handfylli salat
- sjó salt
- nýmalaður svartur pipar

LEIÐBEININGAR:

a) Þvoið allt grænmetið. Skerið í mjög þunnar sneiðar með mandólíni.
b) Setjið í skál, hellið ediki og ólífuolíu út í og hrærið varlega með fingrunum.
c) Látið standa í klukkutíma.
d) Ristið brauð með furuhnetunum og graskersfræjunum á þurri pönnu og hrærið stöðugt í.
e) Raðið grænmetinu á disk og skreytið með brauðteningum og fræjum.
f) Stráið hnetuolíu yfir, salti og pipar.
g) Skreytið með salatlaufum.

30.Suðvestur Ceviche

HRÁEFNI:
- 1 pund fersk hvítfiskflök, skorin í litla teninga
- 1 bolli ferskur lime safi
- 1/2 bolli ferskur sítrónusafi
- 1/2 bolli ferskur appelsínusafi
- 1 lítill rauðlaukur, smátt skorinn
- 1 jalapeño pipar, fræhreinsuð og smátt skorin
- 1 rauð paprika, fræhreinsuð og fínt skorin
- 1 græn paprika, fræhreinsuð og smátt skorin
- 1/2 bolli hakkað ferskt kóríander
- 2 þroskaðir tómatar, fræhreinsaðir og skornir í teninga
- 1 avókadó, skorið í teninga
- Salt og pipar eftir smekk
- Tortilla flögur, til að bera fram

LEIÐBEININGAR:
a) Blandaðu fiskbitunum saman við limesafann, sítrónusafann og appelsínusafann í óvirkri skál (gler eða keramik). Gakktu úr skugga um að fiskurinn sé alveg á kafi í sítrussafanum.
b) Lokið skálinni og setjið í kæli í um 30 mínútur til 1 klukkustund þar til fiskurinn er "eldaður" og ógagnsær.
c) Á meðan fiskurinn er að marinerast, undirbúið hitt hráefnið. Í sérstakri skál, sameinaðu hægelduðum rauðlauk, jalapeño pipar, rauðri papriku, grænum papriku, kóríander, tómötum og avókadó. Blandið vel saman.
d) Eftir að fiskurinn hefur verið marineraður, tæmdu umfram sítrussafann. Bætið fiskinum í skálina ásamt hinu hráefninu og blandið öllu varlega saman. Kryddið með salti og pipar eftir smekk.
e) Lokið ceviche og kælið í 30 mínútur í viðbót til að leyfa bragðinu að blandast saman.
f) Áður en það er borið fram skaltu smakka ceviche og krydda ef þarf. Berið fram kælt með tortilla flögum til hliðar.

31. Radish og Avocado Sushi Roll

HRÁEFNI:
- Nori þangblöð
- Sushi hrísgrjón
- Radísur, þunnar sneiðar
- Avókadó, sneið
- Agúrka, söxuð
- Sojasósa til að dýfa í

LEIÐBEININGAR:
a) Leggðu blað af nori á bambus sushi mottu.
b) Smyrjið lagi af sushi hrísgrjónum á nori, skilið eftir smá brún efst.
c) Setjið radísusneiðar, avókadósneiðar og gúrku meðfram miðjum hrísgrjónunum.
d) Rúllaðu sushiinu þétt með því að nota bambusmottuna.
e) Skerið í stóra bita og berið fram með sojasósu.

32. Citrusy Radish og Túnfiskur Ceviche

HRÁEFNI:

- 1/2 pund ferskur túnfiskur, skorinn í teninga
- 1/4 bolli lime safi
- 1/4 bolli appelsínusafi
- 1/4 bolli niðurskornar radísur
- 1/4 bolli niðurskorinn rauðlaukur
- 1 jalapenó pipar, fræhreinsaður og skorinn í teninga
- 2 matskeiðar saxað kóríander
- Salt og pipar eftir smekk

LEIÐBEININGAR:

a) Í skál skaltu sameina túnfiskinn, lime safa, appelsínusafa, radísur, rauðlauk, jalapeno pipar og kóríander.
b) Kryddið með salti og pipar.
c) Blandið vel saman og látið marinerast í kæliskáp í um 30 mínútur.
d) Berið fram kælt sem hressandi ceviche, annað hvort eitt og sér eða með tortilla flögum.

33.Radísur og rækjur Sushi Nigiri

HRÁEFNI:
- Sushi hrísgrjón
- Radísur, þunnar sneiðar
- Eldaðar rækjur
- Sojasósa til að dýfa í

LEIÐBEININGAR:
a) Taktu lítið magn af sushi hrísgrjónum og mótaðu þau í litla ferhyrnda blokk.
b) Setjið radísusneið ofan á hrísgrjónablokkina.
c) Toppaðu radísuna með soðinni rækju.
d) Endurtaktu með restinni af hráefninu.
e) Berið fram sushi nigiri með sojasósu til að dýfa í.

34. Radísur og gúrka sushi rúlla

HRÁEFNI:
- Nori þangblöð
- Sushi hrísgrjón
- Radísur, þunnar sneiðar
- Agúrka, söxuð
- Súrsett engifer
- Sojasósa til að dýfa í

LEIÐBEININGAR:
a) Leggðu blað af nori á bambus sushi mottu.
b) Smyrjið lagi af sushi hrísgrjónum á nori, skilið eftir smá brún efst.
c) Setjið radísusneiðar og gúrku meðfram miðjum hrísgrjónunum.
d) Rúllaðu sushiinu þétt með því að nota bambusmottuna.
e) Skerið í hæfilega stóra bita og berið fram með súrsuðu engifer og sojasósu.

35. Radish og hörpuskel Ceviche

HRÁEFNI:

- 1/2 pund ferskt hörpuskel, þunnt sneið
- 1/4 bolli lime safi
- 1/4 bolli sítrónusafi
- Radísur, þunnar sneiðar
- Rauðlaukur, þunnt skorinn
- Ferskt kóríander, saxað
- Salt og pipar eftir smekk

LEIÐBEININGAR:

a) Blandið saman í skál sneiðar hörpuskel, lime safa, sítrónusafa, radísur, rauðlauk og kóríander.
b) Kryddið með salti og pipar.
c) Blandið vel saman og látið marinerast í kæliskáp í um 20 mínútur.
d) Berið fram kælt sem bragðgóður og bragðgóður ceviche.

36. Radís og túnfiskur Sushi Nigiri

HRÁEFNI:
- Sushi hrísgrjón
- Radísur, þunnar sneiðar
- Ferskur túnfiskur, skorinn í þunnar sneiðar
- Sojasósa til að dýfa í

LEIÐBEININGAR:
a) Taktu lítið magn af sushi hrísgrjónum og mótaðu þau í litla ferhyrnda blokk.
b) Setjið radísusneið ofan á hrísgrjónablokkina.
c) Toppið radísuna með sneið af ferskum túnfiski.
d) Endurtaktu með restinni af hráefninu.
e) Berið fram sushi nigiri með sojasósu til að dýfa í.

37. Túnfiskur Carpaccio með rucola, radísu, chili og sítrónu

HRÁEFNI:
- 8 aura fersk túnfisksteik
- 2 bollar rucola
- 4-5 radísur, þunnar sneiðar
- 1 rauð chilipipar, þunnt sneið (fræ fjarlægð fyrir mildari hita, ef vill)
- Safi úr 1 sítrónu
- Extra virgin ólífuolía
- Salt og pipar eftir smekk

LEIÐBEININGAR:
a) Setjið ferska túnfisksteikina inn í frysti í um það bil 15-20 mínútur til að stífna hana örlítið, sem gerir það auðveldara að skera hana þunnt.
b) Á meðan túnfiskurinn er í frystinum skaltu raða rúmi af rucola á framreiðsludiski eða staka diska.
c) Í lítilli skál, blandaðu saman þunnt sneiðum radísum og chilipipar. Setja til hliðar.
d) Takið túnfiskinn úr frystinum og notið beittan hníf til að skera hann eins þunnt og hægt er. Raðið túnfisksneiðunum ofan á rúlluna.
e) Stráið radísu- og chiliblöndunni yfir túnfiskinn.
f) Dreypið sítrónusafanum og ríkulegu magni af extra virgin ólífuolíu yfir allan réttinn.
g) Kryddið með salti og pipar eftir smekk.
h) Látið bragðið blandast saman í nokkrar mínútur áður en það er borið fram.
i) Berið fram túnfiskcarpaccio með rucola, radísu, chili og sítrónu sem forrétt eða léttan aðalrétt.

38. Radísur og grænmetis sushi rúlla

HRÁEFNI:
- Nori þangblöð
- Sushi hrísgrjón
- Radísur, þunnar sneiðar
- Gulrætur, niðurskornar
- Agúrka, söxuð
- Avókadó, sneið
- Sojasósa til að dýfa í

LEIÐBEININGAR:
a) Leggðu blað af nori á bambus sushi mottu.
b) Smyrjið lagi af sushi hrísgrjónum á nori, skilið eftir smá brún efst.
c) Setjið radísusneiðar, gulrætur, gulrætur, gúrkur og avókadósneiðar meðfram miðjum hrísgrjónunum.
d) Rúllaðu sushiinu þétt með því að nota bambusmottuna.
e) Skerið í stóra bita og berið fram með sojasósu.

39.Radísa og kolkrabbi Ceviche

HRÁEFNI:

- 1/2 pund ferskur kolkrabbi, soðinn og þunnt skorinn
- 1/4 bolli lime safi
- 1/4 bolli appelsínusafi
- Radísur, þunnar sneiðar
- Rauðlaukur, þunnt skorinn
- Ferskt kóríander, saxað
- Salt og pipar eftir smekk

LEIÐBEININGAR:

a) Í skál, blandaðu sneiðum kolkrabba, lime safa, appelsínusafa, radísum, rauðlauk og kóríander.
b) Kryddið með salti og pipar.
c) Blandið vel saman og látið marinerast í kæliskáp í um 30 mínútur.
d) Berið fram kælt sem bragðmikið og framandi ceviche.

AÐALRÉTTUR

Steik Tacos og Salsa

HRÁEFNI:

- 2 matskeiðar ólífuolía, skipt
- ½ kg flanksteik
- Salt
- Svartur pipar
- ½ bolli kóríanderlauf
- 4 radísur, snyrtar og smátt saxaðar
- 2 vorlaukar, þunnar sneiðar
- ½ jalapeño, fræ fjarlægð og smátt saxuð
- 2 matskeiðar lime safi
- 8 maístortillur

LEIÐBEININGAR:

a) Kryddið steikina með salti og pipar og steikið hvora hlið á pönnu við háan hita.
b) Hellið ólífuolíunni í pönnuna og steikið á hvorri hlið í um 5-8 mínútur. Látið það hvíla í fimm mínútur í viðbót.
c) Saxið helminginn af kóríander og blandið með radísum, jalapenos, lauk, limesafa og 1 matskeið af ólífuolíu. Kryddið með salti, pipar og salsa.
d) Skerið steikina í sneiðar og setjið hana á hverja tortillu ásamt hluta af grænmetisblöndunni.
e) Berið fram með queso fresco osti og afganginum af kóríander.

1.Lambakjöt í vínsósu & örlauf

HRÁEFNI:
RAUÐVÍNSSÓSA:
- 2 skalottlaukar, smátt saxaðir
- 250ml rauðvín
- Klípa salt og pipar
- ½ gulrót, smátt skorin
- 2 tsk ólífuolía
- 20 g smjör
- 300ml nauta-/kjúklingakraftur

MICRO LAVE SALAT:
- 50 g ertasprotar
- 50 g rauð radish spíra
- 80 g rauð karsa
- smá extra virgin ólífuolía
- salt og pipar

LEIÐBEININGAR:
a) Hitið ofninn í 200°C. og hitið grillpönnu.
b) Nuddið lambalærið með salti og pipar.
c) Grillið lambahristina í 2-3 mínútur á hvorri hlið.
d) Færið kjötið yfir á steikarpönnu og hyljið það með filmu.
e) Eldið í 30 til 35 mínútur í viðbót fyrir miðlungs.
f) Á meðan, í potti, bætið skalottlaukum og gulrótum í ólífuolíu út í. Steikið þar til þær eru mjúkar.
g) Bætið rauðvíninu út í og haltu áfram að elda þar til vökvinn hefur minnkað.
h) Bætið nautakraftinum út í og látið malla þar til sósan þykknar.
i) Síið og hentið síðan föstu efninu.
j) Setjið vökvann aftur á pönnuna, hitið að suðu, þeytið smjörið út í og látið malla í nokkrar mínútur til viðbótar til að þykkna sósuna.
k) Blandið öllu grænmetinu saman í skál, kryddið með salti og pipar og dreypið extra virgin ólífuolíu yfir.
l) Taktu lambið úr ofninum og láttu það hvíla í 10 mínútur.
m) Skerið lambakjötið í kótilettur og berið fram með rauðvínssósu og klæddu örgrænu.

2.Kínóa og radish microgreens skál

HRÁEFNI:

- 1½ matskeiðar majónesi
- 2 tsk eplaedik
- 1 grænn laukur, saxaður
- ¼ tsk karrýduft
- 2 bollar spergilkál
- 3,5 aura dós Quinoa
- ⅓ bollar mangó, saxað
- ⅓ bollar kirsuberjatómatar, helmingaðir
- ⅓ bolli agúrka, saxuð
- ⅓ bolli radish eða svart radish microgreens
- Klípa Salt
- Klípið nýmalaður pipar

LEIÐBEININGAR:

a) Í skál skaltu sameina majónesi, ediki, græna laukinn og karrýduftið.
b) Kryddið með salti og pipar eftir smekk og setjið síðan til hliðar.
c) Sjóðið saltvatn í potti og sjóðið maís í fimm mínútur.
d) Tæmdu, skolaðu með köldu vatni og tæmdu síðan einn í viðbót.
e) Setjið spergilkálið í skál og blandið afganginum vel saman.
f) Dreypið vinaigrette yfir og dreifið örgrænu yfir.

3. Taco Truck Tacos

HRÁEFNI:

- 1½ pund svínaöxl (rifið)
- 2 lime
- 12 maístortillur
- 1 búnt kóríander
- ½ bolli saxaður laukur
- Radísur, avókadó og ferskir tómatar

LEIÐBEININGAR:

a) Í meðallagi byrjar pönnu að brúna kjötið sem áður var kryddað með kúmeni, salti og pipar.

b) Þegar það er búið skaltu hita tortillurnar á báðum hliðum og toppa þær með kjöti, lauk, avókadó, tómötum og smá limesafa.

4. Hawaiian Grillaður túnfiskur með þangi og radish

HRÁEFNI:
- ½ bolli sojasósa
- 3 matskeiðar hunang
- 1 msk hakkað ferskt engifer
- 2 tsk Hakkaður hvítlaukur
- Nýmalaður svartur pipar eftir smekk.
- 2 túnfisksteikur
- 2 matskeiðar hrísgrjónavínsedik
- 2 matskeiðar sojasósa
- 2 matskeiðar sítrónusafi
- ½ tsk Rifinn sítrónubörkur
- 1 msk hakkað ferskt engifer
- 1 tsk Hakkaður hvítlaukur
- 2 matskeiðar Hakkaður rauðlaukur
- ¼ tsk Rauð piparflögur
- ¼ bolli Ólífuolía
- ½ pakki Wonton umbúðir
- Jurtaolía til djúpsteikingar
- ¼ bolli þang
- ½ bolli Bitesize radicchio lauf
- ½ bolli niðurskorinn andívía
- ½ bolli Baby spínat lauf
- 2 matskeiðar Julienned gulur pipar
- 2 msk Julienned rauð paprika
- Radish spíra
- Súrsett engifer
- Gullna kavíar
- Létt sesamfræ
- Dökk sesamfræ

LEIÐBEININGAR:
a) Blandið saman fyrstu 5 hráefnunum í skál.
b) Setjið túnfisksteikurnar á pönnu og hellið blöndunni yfir, hjúpið túnfiskinn á allar hliðar. Marinerið fiskinn í 15 mínútur.
c) Færið svo marineraða túnfiskinn yfir á heitt grill og grillið í 1-2 mínútur á hvorri hlið. Þeytið saman í skál allt hráefnið í sósuna.
d) Hitið steikingarolíuna í 350 gráður. Skerið wonton umbúðirnar í julienne strimla og djúpsteikið þar til þær eru gullnar.

e) Tæmið þær á pappírsþurrku. Í skál blandið saman þangi, radicchio laufum, sneiðum endíví, barnaspínatilaufum, gulum pipar og rauðri pipar.

f) Raðið þangi og grænmeti í miðjuna á 2 borðplötum og toppið þá með steiktu wonton ræmunum. Dreypið smá af sósunni yfir, toppið með túnfisknum og dreypið meiri sósu yfir.

g) Skreytið með litlum hópi af radish-spírum, súrsuðum engifer, tobiko, ljósum sesamfræjum, dökkum sesamfræjum og gylltum kavíar.

45. Gufusoðnar nautakjötsbollur

HRÁEFNI:
- 8 únsur. Magur nautahakk
- 1 1/2 msk sojasósa
- 1 msk Saxuð kóríander 1 tsk Hakkað engiferrót 1 tsk maíssterkja
- 1/2 tsk hnetuolía
- 20 kringlótt wonton umbúðir Vatn
- Scallion viftur til skrauts
- Radísublóm til skrauts

LEIÐBEININGAR:
a) Blandið saman nautakjöti, sojasósu, kóríander, engiferrót, maíssterkju og olíu í litla skál. Settu 10 wonton umbúðir á vinnuborðið. Settu 2 tsk fyllingu í miðju hverrar wonton umbúðir.
b) Vætið hvern wonton umbúðir. Vættið alla brúnina með vatni. Lyftu báðum hliðum umbúðirnar og klíptu saman fyrir ofan fyllinguna, taktu saman brúnirnar og plúsaðu umbúðirnar; klípa til að innsigla.
c) Haltu áfram með umbúðirnar sem eftir eru og fyllinguna.
d) Í hverja af tveimur stórum pönnum, látið sjóða 2 bolla af vatni. Dragðu úr hita í miðlungs; bæta við dumplings og ekki leyfa að snerta.
e) Lokið létt og látið gufa þar til bollurnar eru stífar og umbúðirnar mjúkar, 15 mínútur. Berið fram strax.
f) Skreytið framreiðslufatið með rauðlauksviftum og radísublómi

46. Crusted yuzu tofu með radish

HRÁEFNI:

- 200 g þétt tófú
- 2 matskeiðar sesamfræ
- 1 msk japanskur shichimi togarashi
- Kryddblanda
- 1/2 msk maísmjöl
- 1 msk sesamolía
- 1 msk grænmetisolía
- 200 g spergilkál
- 100 g sykurbaunir
- 4 radísur, mjög fínt skornar
- 2 vorlaukar, varlega skornir í sneiðar
- 3 kúmquats, mjög fínt sneið

FYRIR KLÆÐINU

- 2 matskeiðar lágsalt japanska sojasósa
- 2 matskeiðar yuzu safi
- 1 tsk gullinn flórsykur
- 1 lítill skalottur, smátt skorinn
- 1 tsk rifinn engifer

LEIÐBEININGAR:

a) Skerið tófúið í tvennt, hyljið vel með eldhúspappír og setjið á disk. Setjið þunga pönnu ofan á til að kreista vatnið úr henni.

b) Blandið sesamfræjunum, japönsku kryddblöndunni og maísmjölinu saman í skál. Stráið tófúinu yfir. Setja til hliðar.

c) Blandið hráefninu í dressinguna í lítilli skál. Látið suðuna koma upp í potti með vatni fyrir grænmetið og hitið tvær olíur á stórri pönnu.

d) Þegar steikarpannan er orðin mjög heit skaltu setja tófúið með og steikja í um það bil 1 mínútu á hvorri hlið þar til það er fallega brúnt.

e) Þegar vatnið er að sjóða, undirbúið spergilkálið og sykurbaunirnar í 2-3 mínútur.

47.Steiktur yuzu kjúklingur með japönsku salati

HRÁEFNI:

- 2 hvítlauksrif, mulin
- 2 tsk engifer, rifinn
- 25 g ósaltað smjör, brætt
- 1/4 bolli yuzu safi eða lime safi
- 2 matskeiðar létt sojasósa
- 4 Maryland kjúklingar
- 1/2 tsk sesamolía
- 1 matskeið hnetuolía
- 1/2 tsk flórsykur
- Svart sesamfræ, til að bera fram
- Sítrónubátar, til að bera fram

JAPANSKT SLÁ

- 1 avókadó, þunnt sneið
- 100 g sykurbaunir, skornar langsum
- 3 radísur, snyrtar, þunnar sneiðar
- 1 stór gulrót, skorin í þunnar eldspýtustangir
- 1/2 búnt af graslauk, skorið í 4 cm lengd
- 150 g villt rakettublöð

LEIÐBEININGAR:

a) Blandið hvítlauk, engifer, smjöri, 2 msk yuzu og 1 msk sojasósu saman í skál.

b) Bætið kjúklingi út í og snúið við. Lokið og kælið í 20 mínútur til að marinerast.

c) Hitið ofninn í 180°C. Tæmdu kjúklinginn, geymdu marineringuna og þerraðu.

d) Setjið á bökunarpappírsklædda bökunarplötu og steikið, hrærið með frátekinni marineringunni á 15 mínútna fresti, í 1 klukkustund eða þar til þær eru gullnar og eldaðar í gegn.

e) Á meðan, blandaðu hráefninu í skálina í skál. Þeytið sesamolíu, hnetuolíu, sykri og 2 msk yuzu og 1 msk soja í sérstakri skál. Hrærið saman við söl til að sameina.

f) Berið fram kjúkling og skál stráð með sesamfræjum, með sítrónu til að kreista yfir.

48.Gufusoðinn fiskur

HRÁEFNI:

- 3½ bollar dashi eða vatn
- 2 bollar af svörtum hrísgrjónum, soðin
- 1 bolli þurrt hvítvín
- 1 stykki af kombu, 3 x 3 tommur
- 1 teskeið af túrmerikdufti
- 2 lárviðarlauf
- 2 matskeiðar af þurrkuðu þangi
- kosher salt
- 2 svört sjóbirtings- eða rauðsnappaflök, gufusoðin
- 5 aura shiitake sveppir, skornir í tvennt
- 2 bollar af ertusotum
- 2 rauðar radísur, rifnar
- 2 matskeiðar myntublöð saxuð

LEIÐBEININGAR:

a) Blandið seyði, hrísgrjónum, víni, kombu, salti, túrmerikdufti, lárviðarlaufum og þangi saman í Crockpot.
b) Eldið við lágt í 1 klst.
c) Setjið fiskinn yfir hrísgrjónin og toppið síðan með sveppunum.
d) Bætið við myntu, radísum og ertusotum sem skraut.

49. Japanskt risotto með sveppum

HRÁEFNI:
- 4½ bolli Grænmetisstofn; eða miso-innrennsli seyði, bragðmikið
- 1 matskeið Extra virgin ólífuolía
- ½ bolli rósa-sushi hrísgrjón
- ½ bolli Sake
- Kosher salt
- Nýmalaður svartur pipar
- ½ bolli Enoki sveppir
- ½ bolli Saxaður laukur
- ¼ bolli Radish spíra

LEIÐBEININGAR:
a) Ef þú notar seyði með miso-innrennsli skaltu blanda 1 msk miso saman við 4½ bolla af vatni og láta suðuna koma upp. Lækkið hitann og látið malla.
b) Hitið ólífuolíuna í potti yfir meðalháan hita. Bætið hrísgrjónunum saman við, hrærið stöðugt í eina átt, þar til þau eru vel húðuð. Takið pönnuna af hellunni og bætið sake út í.
c) Hitið aftur og hrærið stöðugt í eina átt þar til allur vökvinn er frásogaður. Bætið soðinu eða seyði út í í ½ bolla þrepum, hrærið stöðugt þar til allur vökvinn hefur frásogast við hverja viðbót.
d) Kryddið með salti og pipar. Setjið með skeið í skálar, skreytið með sveppum, lauk og spírum og berið fram.
e) Skreytið með viðkvæmum enoki sveppum, söxuðum lauk og sterkum radish spírum.

50.Steiktur kjúklingur með pistasíupestó

Hráefni:
- 25 g pistasíuhnetur með skel
- 1 stór búnt af ferskri basilíku, laufblöð og stilkar gróft saxaðir
- 4 ferskar myntukvistir, laufin gróft skorin
- Rifinn börkur og safi ½ sítróna auk ½ sítrónu
- 125ml extra virgin ólífuolía
- 2 kg heill lausagöngukjúklingur
- 125ml þurrt hvítvín
- 200 g súrdeigsbrauð, rifið í bita
- 200 g blandaðar radísur, helmingaðar eða fjórar ef þær eru stórar
- 250 g aspas
- Stór handfylli af baunasprotum

LEIÐBEININGAR:
a) Hitið ofninn í 200°C/180°C blástur/gas 6. Þeytið pistasíuhnetur, basil, myntu, sítrónubörkur og safa í litlum hakkavél eða matvinnsluvél í gróft deig. Hellið 100 ml olíu út í, kryddið síðan og þeytið saman. Setjið helminginn af pestóinu í lítið framreiðsluskál og setjið til hliðar.
b) Setjið kjúklinginn í stórt, grunnt steikingarform. Vinnið frá hálsholinu, notaðu fingurna til að búa til vasa á milli húðar og holds
c) af brjóstunum. Þrýstið pestóinu undir húðina á kjúklingnum og nuddið umframhýsinu yfir húðina. Kreistið ½ sítrónuna sem eftir er yfir kjúklinginn og setjið hann síðan í holið. Steikið í 20 mínútur, lækkið síðan ofninn í 190°C/170°C blástur/gas 5.
d) Bætið víninu og 125 ml af vatni í formið og steikið í 40-50 mínútur í viðbót þar til kjúklingurinn er eldaður í gegn.
e) Setjið kjúklinginn á borð, hyljið lauslega með filmu og setjið til hliðar til að hvíla. Hellið brennslusafanum úr forminu í könnu. Bætið brauðinu, radísunum og aspasnum í steikingarformið, skeiðið af fitunni ofan á safanum og blandið því saman við brauðið og grænmetið.
f) Kryddið og steikið í 12-15 mínútur þar til grænmetið er mjúkt og brauðið stökkt. Fleygðu allri fitu úr safanum sem eftir er og hitaðu á pönnu fyrir sósu.
g) Blandið saman afganginum af pestóinu og 25ml ólífuolíu og hellið yfir kjúklinginn og grænmetið. Berið fram með ertusotum og sósu til hliðar.

51.Garður fersk pizza

HRÁEFNI:

- Tvær hálfmánarúllur í kæli
- Tveir pakkar af cashew rjómaosti, mildaður
- ⅓ bolli majónesi
- 1,4 aura pakki af þurru grænmetissúpublöndu
- 1 bolli radísur, sneiddar
- ⅓ bolli niðurskorin græn paprika
- ⅓ bolli saxuð rauð paprika
- ⅓ bolli saxuð gul paprika
- 1 bolli spergilkál
- 1 bolli blómkálsblóm
- ½ bolli saxuð gulrót
- ½ bolli saxað sellerí

LEIÐBEININGAR:

a) Stilltu ofninn þinn á 400 gráður F áður en þú gerir eitthvað annað.
b) Í botninn á 11x14 tommu hlauppönnu, dreift hálfmánarúlludeiginu.
c) Með fingrunum skaltu klípa saman sauma til að mynda skorpu.
d) Eldið allt í ofninum í um það bil 10 mínútur.
e) Taktu allt úr ofninum og haltu því til hliðar til að kólna alveg.
f) Blandið majónesinu, cashew rjómaostinum og grænmetissúpublöndunni saman í skál.
g) Setjið majónesblönduna jafnt yfir skorpuna og toppið allt með grænmetinu jafnt og þrýstið því varlega ofan í majónesblönduna.
h) Setjið plastfilmu yfir pizzuna og geymið hana í kæli yfir nótt.

SÚPUR, PÖTUR OG CHILI

2.Rjómalöguð radísúpa

HRÁEFNI:
- 1 búnt radísur, snyrt og skorið í sneiðar
- 1 laukur, saxaður
- 2 hvítlauksgeirar, saxaðir
- 4 bollar grænmetissoð
- 1 bolli þungur rjómi
- Salt og pipar eftir smekk
- Ferskur graslaukur til skrauts

LEIÐBEININGAR:
a) Steikið radísurnar, laukinn og hvítlaukinn í stórum potti þar til þær eru mjúkar.
b) Bætið við grænmetissoði og látið suðuna koma upp. Látið malla í 10 mínútur.
c) Notaðu blöndunartæki eða venjulegan blandara, maukaðu súpuna þar til hún er mjúk.
d) Hrærið þungum rjómanum út í og kryddið með salti og pipar.
e) Berið fram heitt, skreytt með ferskum graslauk.

3.Krydduð radísu og gulrótarsúpa

HRÁEFNI:
- 1 búnt radísur, snyrt og skorið í sneiðar
- 2 gulrætur, skrældar og skornar í sneiðar
- 1 laukur, saxaður
- 2 hvítlauksgeirar, saxaðir
- 4 bollar grænmetissoð
- 1 tsk kúmen
- 1/2 tsk paprika
- 1/4 tsk cayenne pipar
- Salt og pipar eftir smekk
- Ferskt kóríander til skrauts

LEIÐBEININGAR:

a) Steikið radísur, gulrætur, lauk og hvítlauk í stórum potti þar til þær eru mjúkar.
b) Bætið við grænmetissoði, kúmeni, papriku og cayenne pipar. Látið suðuna koma upp og látið malla í 15 mínútur.
c) Notaðu blöndunartæki eða venjulegan blandara, maukaðu súpuna þar til hún er mjúk.
d) Kryddið með salti og pipar.
e) Berið fram heitt, skreytt með fersku kóríander.

Radísu og kartöflusúpa

HRÁEFNI:
- 1 búnt radísur, snyrt og skorið í sneiðar
- 2 kartöflur, skrældar og skornar í teninga
- 1 laukur, saxaður
- 2 hvítlauksgeirar, saxaðir
- 4 bollar grænmetissoð
- 1/2 bolli mjólk eða rjómi
- Salt og pipar eftir smekk
- Fersk steinselja til skrauts

LEIÐBEININGAR:
a) Steikið radísur, kartöflur, lauk og hvítlauk í stórum potti þar til þær eru mjúkar.
b) Bætið við grænmetissoði og látið suðuna koma upp. Látið malla í 20 mínútur þar til grænmetið er meyrt.
c) Notaðu blöndunartæki eða venjulegan blandara, maukaðu súpuna þar til hún er mjúk.
d) Hrærið mjólkinni eða rjómanum út í og kryddið með salti og pipar.
e) Berið fram heitt, skreytt með ferskri steinselju.

5.Radish Greensúpa

HRÁEFNI:
- Grænmeti úr 1 búnti af radísum, þvegið og saxað
- 1 laukur, saxaður
- 2 hvítlauksgeirar, saxaðir
- 4 bollar grænmetissoð
- 1 matskeið ólífuolía
- Safi úr 1 sítrónu
- Salt og pipar eftir smekk
- Grísk jógúrt til skrauts

LEIÐBEININGAR:
a) Steikið laukinn og hvítlaukinn í stórum potti í ólífuolíu þar til hann er mjúkur.
b) Bætið radish grænu út í og steikið í nokkrar mínútur þar til það er visnað.
c) Bætið við grænmetissoði og látið suðuna koma upp. Látið malla í 10 mínútur.
d) Notaðu blöndunartæki eða venjulegan blandara, maukaðu súpuna þar til hún er mjúk.
e) Hrærið sítrónusafa út í og kryddið með salti og pipar.
f) Berið fram heitt, skreytt með klút af grískri jógúrt.

6. Kæld radísúpa

HRÁEFNI:
- 1 búnt radísur, snyrt og skorið í sneiðar
- 1 agúrka, afhýdd og saxuð
- 1 grænt epli, afhýtt og saxað
- 2 matskeiðar fersk myntulauf
- 2 bollar grænmetissoð
- Safi úr 1 lime
- Salt og pipar eftir smekk

LEIÐBEININGAR:
a) Blandaðu saman radísum, agúrku, grænu epli, myntulaufum, grænmetissoði, limesafa, salti og pipar í blandara.
b) Blandið þar til slétt.
c) Geymið í kæli í að minnsta kosti 1 klukkustund til að kólna.
d) Berið fram kalt, skreytt með fersku myntulaufi.

.Radísur og rófusúpa

HRÁEFNI:

- 1 búnt radísur, snyrt og skorið í sneiðar
- 2 rófur, afhýddar og saxaðar
- 1 laukur, saxaður
- 2 hvítlauksgeirar, saxaðir
- 4 bollar grænmetissoð
- 1/4 bolli hrein grísk jógúrt
- Safi úr 1 sítrónu
- Salt og pipar eftir smekk

LEIÐBEININGAR:

a) Steikið radísur, rauðrófur, lauk og hvítlauk í stórum potti þar til þær eru mjúkar.

b) Bætið við grænmetissoði og látið suðuna koma upp. Látið malla í 20 mínútur þar til grænmetið er meyrt.

c) Notaðu blöndunartæki eða venjulegan blandara, maukaðu súpuna þar til hún er mjúk.

d) Hrærið grískri jógúrt og sítrónusafa saman við. Kryddið með salti og pipar.

e) Berið fram heitt, skreytt með ögn af grískri jógúrt og strá af söxuðum radísum.

8.Radísur og tómatsúpa

HRÁEFNI:
- 1 búnt radísur, snyrt og skorið í sneiðar
- 4 tómatar, saxaðir
- 1 laukur, saxaður
- 2 hvítlauksgeirar, saxaðir
- 4 bollar grænmetissoð
- 2 matskeiðar tómatmauk
- 1 matskeið ólífuolía
- Salt og pipar eftir smekk
- Fersk basilíka til skrauts

LEIÐBEININGAR:
a) Í stórum potti, steikið radísurnar, tómatana, laukinn og hvítlaukinn í ólífuolíu þar til þær eru mjúkar.
b) Bætið við grænmetissoði og látið suðuna koma upp. Látið malla í 20 mínútur þar til grænmetið er meyrt.
c) Notaðu blöndunartæki eða venjulegan blandara, maukaðu súpuna þar til hún er mjúk.
d) Hrærið tómatmauki út í og kryddið með salti og pipar.
e) Berið fram heitt, skreytt með ferskum basillaufum.

9.Radísu og kókos karrýsúpa

HRÁEFNI:

- 1 búnt radísur, snyrt og skorið í sneiðar
- 1 laukur, saxaður
- 2 hvítlauksgeirar, saxaðir
- 1 matskeið karrýduft
- 1 dós kókosmjólk
- 4 bollar grænmetissoð
- 1 matskeið ólífuolía
- Salt og pipar eftir smekk
- Ferskt kóríander til skrauts

LEIÐBEININGAR:

a) Í stórum potti, steikið radísur, lauk og hvítlauk í ólífuolíu þar til þær eru mjúkar.
b) Bætið karrýdufti út í og hrærið í eina mínútu.
c) Bætið við kókosmjólk og grænmetissoði. Látið suðuna koma upp. Látið malla í 15 mínútur.
d) Notaðu blöndunartæki eða venjulegan blandara, maukaðu súpuna þar til hún er mjúk.
e) Kryddið með salti og pipar.
f) Berið fram heitt, skreytt með fersku kóríander.

Radísu og spínatsúpa

HRÁEFNI:
- 1 búnt radísur, snyrt og skorið í sneiðar
- 2 bollar fersk spínatlauf
- 1 laukur, saxaður
- 2 hvítlauksgeirar, saxaðir
- 4 bollar grænmetissoð
- 1 matskeið smjör
- 1/2 bolli mjólk eða rjómi
- Salt og pipar eftir smekk

LEIÐBEININGAR:
a) Í stórum potti, steikið radísur, spínat, lauk og hvítlauk í smjöri þar til þær eru mjúkar.
b) Bætið við grænmetissoði og látið suðuna koma upp. Látið malla í 15 mínútur.
c) Notaðu blöndunartæki eða venjulegan blandara, maukaðu súpuna þar til hún er mjúk.
d) Hrærið mjólkinni eða rjómanum út í og kryddið með salti og pipar.
e) Berið fram heitt, skreytt með ferskum radish sneiðum.

1.Radísur og sveppasúpa

HRÁEFNI:
- 1 búnt radísur, snyrt og skorið í sneiðar
- 8 aura sveppir, sneiddir
- 1 laukur, saxaður
- 2 hvítlauksgeirar, saxaðir
- 4 bollar grænmetissoð
- 2 matskeiðar ólífuolía
- 1/4 bolli hrein grísk jógúrt
- Salt og pipar eftir smekk
- Ferskt timjan til skrauts

LEIÐBEININGAR:
a) Í stórum potti, steikið radísurnar, sveppina, laukinn og hvítlaukinn í ólífuolíu þar til þær eru mjúkar.
b) Bætið við grænmetissoði og látið suðuna koma upp. Látið malla í 20 mínútur þar til grænmetið er meyrt.
c) Notaðu blöndunartæki eða venjulegan blandara, maukaðu súpuna þar til hún er mjúk.
d) Hrærið grískri jógúrt út í og kryddið með salti og pipar.
e) Berið fram heitt, skreytt með fersku timjanlaufi.

SALÖT

62. Steiktar sætar kartöflur og prosciutto salat

HRÁEFNI:
- Hunang 1 teskeið
- Sítrónusafi 1 matskeið
- Grænn laukur (skiptur og sneiddur) 2
- Sæt rauð paprika (fínt skorin) ¼ bolli
- Pekanhnetur (hakkaðar og ristaðar) ⅓ bolli
- Radísur (sneiddar) ½ bolli
- Prosciutto (þunnt sneið og jöfnuð) ½ bolli
- Pipar ⅛ teskeið
- ½ tsk salt (deilt)
- 4 matskeiðar ólífuolía (skipt)
- 3 sætar kartöflur, meðalstórar (skrældar og skornar í 1 tommu)

LEIÐBEININGAR:
a) Forhitaðu ofninn í 400 gráður F.
b) Setjið sætu kartöflurnar í smurt ofnmót (15x10x1 tommur).

c) Dreypið 2 msk af olíu og stráið ¼ tsk af salti og pipar yfir og blandið þeim almennilega. Steikið í hálftíma og enn reglulega.
d) Stráið smá prosciutto yfir sætu kartöflurnar og steikið þær í 10 til 15 mínútur þar til sætu kartöflurnar eru mjúkar og kartöflurnar verða stökkar.
e) Settu blönduna yfir í stóra skál og láttu hana kólna aðeins.
f) Bætið helmingnum af grænum lauk, rauðum pipar, pekanhnetum og radísum út í. Taktu litla skál og þeytið saltið, olíuna sem eftir er, hunangið og sítrónusafann þar til það er vel blandað saman.
g) Dreypið því yfir salatið; henda rétt til að sameina. Stráið hinum græna lauknum yfir.

63. Vatnsmelóna með radish microgreens salati

HRÁEFNI:

- 1 matskeið balsamik edik
- Salt eftir smekk
- Handfylli af radish microgreens
- 2 matskeiðar ólífuolía, extra virgin
- 1 sneið af vatnsmelónu
- 2 matskeiðar af söxuðum möndlum
- 20 g fetaostur, mulinn

LEIÐBEININGAR:

a) Settu vatnsmelónuna þína á disk.
b) Dreifið fetaosti og möndlum ofan á vatnsmelónuna.
c) Dreypið extra virgin ólífuolíu og balsamik ediki yfir þau.
d) Bætið örgræninu ofan á.

64.Regnbogasalat

HRÁEFNI:

- 5 aura pakki af smjörkáli
- 5 aura pakki rúlla
- 5 únsa pakki af Spicy mix Microgreens
- 1 fjólublá radísa í þunnar sneiðar
- 1/2 bolli baunir, þunnar sneiðar
- 1 græn radísa, þunnar sneiðar
- 1/4 bolli rauðkál, rifið niður
- 2 skalottlaukar, skornir í hringa
- 1 vatnsmelóna radísa, þunnar sneiðar
- 2 blóðappelsínur, sundurskornar
- 3 regnbogagulrætur, rakaðar í tætlur
- 1/2 bolli blóðappelsínusafi
- 1/2 bolli extra virgin ólífuolía
- 1 matskeið rauðvínsedik
- 1 matskeið þurrkað oregano
- 1 matskeið hunang
- Salt og pipar, eftir smekk
- til að skreyta æt blóm

LEIÐBEININGAR:

a) Blandið ólífuolíu, rauðvínsediki og oregano saman í ílát. Bætið skalottlauknum út í og látið marinerast í að minnsta kosti 2 klukkustundir á borðinu.
b) Leggið skalottlaukana til hliðar.
c) Þeytið saman appelsínusafa, ólífuolíu, hunangi og smá salti og pipar í krukku þar til það er þykkt og slétt. Kryddið með salti og pipar eftir smekk.
d) Kasta kryddðuu blöndunni af örgrænu grænmeti, salati og rucola með um ¼ bolla af vinaigrette í mjög stóra blöndunarskál.
e) Blandið gulrótum, ertum, skalottlaukum og appelsínuhlutum saman við helming radísanna.
f) Setjið allt saman og bætið við auka vinaigrette og ætum blómum til að klára.

65.Örgræn og snjóbautasalat

HRÁEFNI:
VINAIGRETTE
- 1 tsk hlynsíróp
- 2 tsk lime safi
- 2 matskeiðar hvítt balsamik edik
- 1 ½ bolli skorin jarðarber
- 3 matskeiðar ólífuolía

SALAT
- 2 radísur, þunnar sneiðar
- 6 aura af hvítkál örgrænu
- 12 snjóbaunir, þunnar sneiðar
- Hálmuð jarðarber, æt blóm og ferskir kryddjurtir, til skrauts

LEIÐBEININGAR:
a) Til að gera vínaigrettuna, þeytið saman jarðarber, edik og hlynsíróp í blöndunarskál. Sigtið vökvann og bætið limesafa og olíu saman við.
b) Kryddið með salti og pipar.
c) Til að búa til salatið skaltu sameina örgrænu, snjóbaunir, radísur, vistuð jarðarber og ¼ bolla af vinaigrette í stóra blöndunarskál.
d) Bætið við helminguðum jarðarberjum, ætum blómum og ferskum kryddjurtum sem skraut.

66.Örgrænt vorsalat

HRÁEFNI:

- 2 matskeiðar salt
- 1 handfylli ertadrótta örgræn
- ½ bolli fava baunir, hvítaðar
- 4 gulrætur, litlar í teningum, hvítaðar
- 1 handfylli af Pak Choi örgrænu
- 1 handfylli Wasabi sinneps örgræn
- 1 klípa af amaranth microgreens
- 4 radísur, skornar í þunnar mynt
- 1 bolli baunir, hvítaðar
- Salt & pipar eftir smekk

GULVÓTU-ENGIFUR DRESSING

- ¼ bolli hrísgrjónavínsedik
- ½ bolli vatn
- 1 tommu engifer, afhýtt og skorið í sneiðar
- 1 msk sojasósa
- 1 msk majónesi
- Kosher salt & svartur pipar eftir smekk

LEIÐBEININGAR:

a) Blandaðu saman örgrænu, radísum, gulrótum, ertum og fava baunum og kryddaðu með salti og pipar.
b) Blandið engiferinu, ½ bolli fráteknum gulrótum, hrísgrjónavínsediki og vatni saman þar til það er slétt.
c) Takið úr blandarann og hrærið sojasósunni og majónesi saman við.
d) Hellið salatinu með dressingunni og berið fram

67.Bitursætt granateplasalat

HRÁEFNI:
KLÆÐINGAR:
- 2 matskeiðar sítrónusafi
- ½ bolli af blóðappelsínusafa
- ¼ bolli af hlynsírópi

SALAT:
- ½ bolli nýskorið hvítkálsmíkrógræn
- 1 lítill radicchio, rifinn í bitastærð s
- ½ bolli fjólublátt hvítkál, þunnt sneið
- ¼ lítill rauðlaukur, smátt saxaður
- 3 radísur, skornar í þunnar sneiðar
- 1 blóðappelsína, afhýdd, skorin í sundur og sundurskorin
- salt og pipar eftir smekk
- ⅓ bolli af ricotta osti
- ¼ bolli furuhnetur, ristaðar
- ¼ bolli af granateplafræjum
- 1 matskeið ólífuolía

LEIÐBEININGAR:
KLÆÐINGAR:
a) Látið allt hráefni í dressinguna malla létt í 20-25 mínútur.
b) Látið kólna áður en það er borið fram.

SALAT:
c) Blandið saman radicchio, káli, lauk, radish og örgrænu í blöndunarskál.
d) Blandið varlega með salti, pipar og ólífuolíu.
e) Dreifið örlítilli skeið af ricotta osti á framreiðsludisk.
f) Toppið með furuhnetunum og granateplafræjunum og dreypið blóðappelsínusírópinu yfir.

68.Þang og grænt salat

HRÁEFNI:
KLÆÐINGAR
- 1 matskeið hrísgrjónaedik
- 1 matskeið smátt saxaður skalottur
- 1 matskeið ferskur sítrónusafi
- 1 tsk Dijon sinnep
- ¼ tsk hunang
- 2 matskeiðar vínberjaolía
- 1 matskeið extra virgin ólífuolía
- ½ tsk fínt sjávarsalt, auk meira eftir smekk
- ⅛ teskeið svartur pipar, auk meira eftir smekk

SALAT
- 8 bollar laufgrænt salat, rifið í hæfilega stóra bita
- 1 bolli frosinn tilbúinn niðurskorinn þari, þiðnaður
- ¾ bolli gulrætur skornar á ská
- ½ bolli þunnar radísur
- ½ bolli gúrka í sneiðum á ská
- ½ bolli þurrkaður heilblaða dulse
- ½ bolli þurrkaður heilblaða sjávarmosi, rifinn í hæfilega stóra bita
- Kosher salt, eftir smekk
- Svartur pipar, eftir smekk

LEIÐBEININGAR:
a) Þeytið saman edik, skalottlaukur, sítrónusafa, sinnep og hunang í lítilli skál þar til það er blandað saman.
b) Bætið olíunum smám saman út í í þunnum, jöfnum straumi og þeytið þar til þær eru fleygar. Þeytið salti og pipar út í.
c) Blandið saman salati, þara, gulrótum, radísum, agúrku, dulse og sjávarmosa í stórri skál.
d) Dreypið dressingu yfir og hrærið varlega til að hjúpa. Kryddið salatið með auka salti og pipar eftir smekk. Berið fram strax.

69. Radísur og agúrkusalat

HRÁEFNI:

- 1 bolli sneiðar radísur
- 1 bolli gúrkur í sneiðum
- 2 matskeiðar sítrónusafi
- 1 matskeið ólífuolía
- 1 tsk hunang
- Salt og pipar eftir smekk

LEIÐBEININGAR:

a) Blandið saman radísum og gúrkum í skál.
b) Þeytið saman sítrónusafa, ólífuolíu, hunangi, salti og pipar í aðskildri lítilli skál.
c) Dreypið dressingunni yfir radísu- og gúrkublönduna.
d) Hrærið varlega til að blanda saman.
e) Berið fram kælt.

70.Peking bang salat

HRÁEFNI:

- 200 grömm þang, liggja í bleyti í 24 klst
- ¼ Agúrka helminguð, fræhreinsuð og skorin í sneiðar
- 8 rauðar radísur, skornar í sneiðar
- 75 grömm radísa, þunnar sneiðar
- 1 lítill kúrbít, þunnt sneið
- 50 grömm af ertusprotum
- 20 grömm af bleiku engifer
- Úrval af salötum
- Svart sesamfræ
- 3 matskeiðar lime safi
- 1 msk mynta, nýsöxuð
- 2 matskeiðar kóríander, saxað
- 1 Klípa þurrkaðar chiliflögur
- 2 matskeiðar Létt sojasósa
- 2 matskeiðar Sykur
- 6 matskeiðar jurtaolía
- 1 lítið engiferrót, rifið

LEIÐBEININGAR:

a) Blandið öllu hráefninu fyrir dressinguna og látið standa í 20 mínútur og sigtið síðan og setjið til hliðar.
b) Setjið þangið í bleyti ásamt restinni af hinu hráefninu í skál.
c) Hellið ásóttu dressingunni yfir og látið marinerast í eina klukkustund. Bætið salatblöðunum út í salatið, stillið kryddið og berið fram.

71.Sólblómasprota salat

HRÁEFNI:
S ALAD
- 3 radísur skornar í þunnar sneiðar
- 1 ½ bolli sólblómaspíra
- 1 bolli rucola
- 1 agúrka , skorin í sneiðar
- 2 gulrætur, rakaðar eða saxaðar d

KLÆÐINGAR
- 2 matskeiðar ferskur sítrónusafi
- 1 tsk agave
- ½ tsk Dijon sinnep
- ¼ teskeið kosher salt
- ¼ bolli ólífuolía

LEIÐBEININGAR:
a) Blandið öllu salathráefninu saman í skál.
b) Þeytið öll hráefni dressingarinnar saman.
c) Kasta þessu öllu saman!

72.Aspas salat

HRÁEFNI:
ASPARASALAT
- 1 búnt aspas
- 5 radísur, þunnar sneiðar
- 3 grænir laukar, aðeins sneiddir grænir toppar
- sítrónubörkur úr einni sítrónu

SÍTÓNURVINAIGRETTE
- ¼ bolli sítrónusafi
- 2 matskeiðar létt ólífuolía
- 2 tsk sykur
- salt og pipar eftir smekk

SKREYTA
- Sítrónu sneiðar
- Lífrænar gular pönnur

LEIÐBEININGAR:
a) Byrjaðu að sjóða vatn til að gufa aspasinn.
b) Undirbúðu skál af ísvatni til að sjokkera aspasinn þegar hann er soðinn.
c) Látið aspasinn gufa í 5 mínútur, eða þar til hann er mjúkur en samt stökkur.
d) Skerið aspasinn í ísvatni og skerið síðan aspasinn í 2 tommu bita.

SÍTÓNURVINAIGRETTE
e) Blandið saman sítrónusafanum og sykrinum og látið standa þar til sykurinn leysist upp.
f) Bætið olíunni út í og kryddið með salti og pipar eftir smekk.

ASPARASALAT
g) Ef þú hefur tíma skaltu marinera aspasinn í dressingunni í 30 mínútur.
h) Bætið radísum og lauk og blandið saman við.
i) Skreytið með sítrónusneiðum og ferskum pansies og berið fram strax.

73.Spirulina sjávarsalat

HRÁEFNI:
- ¼ bolli dulse tætlur, liggja í bleyti í vatni
- 4 aura af ungkáli
- 1 tyrknesk agúrka, skorin í sneiðar
- 1 avókadó, skorið í teninga eða sneið
- 1-2 grænir laukar
- 1 bolli þara núðlur
- 1-2 vatnsmelónu radísur, þunnar sneiðar
- Reykt ahi, reyktur lax, bakað eða reykt tófú, edamame

SKREYTA:
- Sólblómaspíra
- Hampi fræ eða sólblómafræ
- Cilantro eða æt blómablöð

SPIRULINA DRESSING:
- ¼ bolli vatn
- ⅓ bolli ólífuolía
- ¼ bolli hampi fræ
- 3 matskeiðar eplaedik
- 1 hvítlauksrif
- ¾ teskeið salt
- ¼ tsk rifinn pipar
- ½ bolli kóríander
- 1 tsk spirulina, meira eftir smekk

LEIÐBEININGAR:
a) Leggið dulseböndin í bleyti í lítilli skál af vatni í 15 mínútur eða þar til þær eru mjúkar
b) Búðu til Spirulina dressinguna - bætið öllu nema kóríander og spirulina í blandara og blandið þar til rjómakennt og slétt - í heila mínútu. Bætið kóríander og spirulina út í og blandið þar til það er vel blandað og slétt.
c) Bætið salathráefnunum í skál - grænmeti fyrst og síðan gúrku, avókadó, lauk, þaranúðlur, radísur, tæmd dulse og prótein að eigin vali.
d) Kasta með einhverju af dressingunni, bara nóg til að hjúpa.
e) Skreytið með fræjum og spírum.

74.Flott salat fyrir laxaelskendur

HRÁEFNI:
- 1 pund Eldaður kóngs- eða coho lax; brotinn í sundur
- 1 bolli Sellerí niðurskorið
- ½ bolli Grófsaxað hvítkál
- 1¼ bolli Majónesi eða salatsósu; (til 1 ½)
- ½ bolli Ljúft súrum gúrkubragð
- 1 matskeið Tilbúin piparrót
- 1 matskeið Fínt saxaður laukur
- ¼ teskeið Salt
- 1 strik Pipar
- Salatblöð; romaine lauf, eða endive
- Sneiddar radísur
- Dill-súrursneiðar
- Rúllur eða kex

LEIÐBEININGAR:

a) Notaðu stóra blöndunarskál og blandaðu varlega saman laxinum, selleríinu og kálinu.

b) Í annarri skál skaltu hræra saman majónesi eða salatsósu, súrum gúrkum, piparrót, lauk, salti og pipar. Bætið því við laxablönduna og blandið til að hjúpa. Hyljið salatið og kælið þar til það er borið fram (allt að 24 klst.).

c) Klæðið salatskál með grænmeti. Hellið laxablöndunni út í. Toppið með radísum og dill súrum gúrkum. Berið salatið fram með rúllum eða kex.

75.Garðtúnfiskmakkarónusalat

HRÁEFNI:

- 2 bollar ósoðnar olnbogamakkarónur
- 1 dós (6 aura) ljós vatnspakkaður túnfiskur, tæmd og flögur
- ⅔ bolli saxaður sætur gulur pipar
- ⅔ bolli saxað sellerí
- ½ bolli rifin gulrót
- ¼ bolli niðurskornar radísur
- 2 grænir laukar, saxaðir
- 2 matskeiðar söxuð fersk steinselja
- ¾ bolli Miracle Whip
- ½ bolli ranch salatsósa
- ¼ bolli rifinn parmesanostur
- 1 tsk grófmalaður pipar

LEIÐBEININGAR:

a) Eldið makkarónur eftir leiðbeiningum á pakka. Þegar það er eldað skaltu blanda steinselju, grænmeti og túnfiski í stóra skál. Tæmið makkarónurnar og skolið síðan undir köldu vatni. Bætið út í túnfiskblönduna.

b) Blandið saman pipar, parmesanosti, búgarðsdressingu og kraftaverkaþeyti í lítilli skál. Hellið salatinu yfir, hrærið þar til það er húðað. Geymið í kæli þar til framreiðslutími.

76. Ube salat með kókosdressingu

HRÁEFNI:
- 3 stór ube
- 1/4 agúrka
- 5 vorlaukar
- 6 radísur
- 3 msk kókosrjómi
- 1 msk hvítt edik
- 2 - 3 msk kókosjógúrt eða sýrður rjómi
- 1/2 tsk salt
- 1 tsk sykur eða hunang
- hvítur pipar eftir smekk valfrjálst

LEIÐBEININGAR:
a) Forhitið ofninn í 400 F. Stingið í kartöflurnar með gafflitinum. Hægt er að leggja þær beint á ofngrind eða setja þær á bökunarplötu.
b) Eldið kartöflurnar í 45 til 60 mínútur, þar til hýðið er stökkt og að stinga eina með gaffli mætir enga mótstöðu.
c) Takið þær úr ofninum og látið þær kólna.
d) Hýðið ætti að dragast frá kjötinu þegar kartöflurnar kólna. Þetta skref er hægt að ljúka einum til 2 dögum fram í tímann.
e) Skerið agúrka, vorlauk og radísur í sneiðar. Flysjið kartöflurnar og skerið þær í hæfilega stóra bita. Það er allt í lagi ef þær eru enn aðeins heitar.
f) Hrærið saman kókosrjóma, kókosjógúrt eða sýrðum rjóma, ediki, salti, pipar og sykri eða hunangi í lítilli skál. Kryddið með meira salti eftir smekk.
g) Blandið öllu hráefninu saman í salatskál og látið salatið standa í smá stund svo kartöflurnar nái að drekka í sig aðeins af dressingunni. Njóttu!

77.Radísu og feta salat

HRÁEFNI:
- 1 búnt radísur, snyrtar og þunnar sneiðar
- 1/2 bolli mulinn fetaostur
- 2 matskeiðar saxað ferskt dill
- 1 matskeið sítrónusafi
- 2 matskeiðar ólífuolía
- Salt og pipar eftir smekk

LEIÐBEININGAR:
a) Blandið saman radísum, muldum fetaosti og söxuðu fersku dilli í skál.
b) Í lítilli skál, þeytið saman sítrónusafa, ólífuolíu, salti og pipar.
c) Dreypið dressingunni yfir radísublönduna og blandið varlega saman.
d) Berið fram kælt.

78. Radísur og maíssalat

HRÁEFNI:
- 1 búnt radísur, snyrtar og þunnar sneiðar
- 1 bolli soðnir maískornir
- 1/4 bolli hakkað ferskt kóríander
- Safi úr 1 lime
- 2 matskeiðar ólífuolía
- Salt og pipar eftir smekk

LEIÐBEININGAR:
a) Í skál, sameina radísur, maís kjarna og hakkað kóríander.
b) Í lítilli skál, þeytið saman limesafa, ólífuolíu, salti og pipar.
c) Dreypið dressingunni yfir radísublönduna og blandið varlega saman.
d) Berið fram kælt.

79.Radísusalat og kjúklingabaunasalat

HRÁEFNI:
- 1 búnt radísur, snyrtar og þunnar sneiðar
- 1 bolli soðnar kjúklingabaunir
- 1/4 bolli saxaður rauðlaukur
- 2 matskeiðar saxuð fersk steinselja
- Safi úr 1 sítrónu
- 2 matskeiðar ólífuolía
- Salt og pipar eftir smekk

LEIÐBEININGAR:
a) Blandið saman radísum, kjúklingabaunum, saxuðum rauðlauk og saxaðri ferskri steinselju í skál.
b) Í lítilli skál, þeytið saman sítrónusafa, ólífuolíu, salti og pipar.
c) Dreypið dressingunni yfir radísublönduna og blandið varlega saman.
d) Berið fram kælt.

80.Ristað radísa, appelsínu- og hvítbaunasalat

Hráefni:
- 1 búnt af radísum, snyrt og helmingað
- 2 matskeiðar ólífuolía
- Salt og pipar eftir smekk
- 2 stórar appelsínur, skrældar og sneiddar
- 1 dós (15 aura) hvítar baunir, tæmdar og skolaðar
- 1/4 rauðlaukur, þunnt skorinn
- 1/4 bolli söxuð fersk steinselja
- Safi úr 1 sítrónu
- 2 matskeiðar extra virgin ólífuolía
- 1 tsk hunang (valfrjálst)

LEIÐBEININGAR:
a) Forhitaðu ofninn þinn í 425°F (220°C). Setjið radísuhelmingana á bökunarplötu og dreypið ólífuolíu yfir. Kryddið með salti og pipar, blandið síðan til að hjúpar radísurnar jafnt.
b) Ristið radísurnar í forhituðum ofni í um 15-20 mínútur eða þar til þær eru orðnar mjúkar og örlítið karamellískar. Takið úr ofninum og látið þær kólna.
c) Í stórri salatskál skaltu sameina ristaðar radísur, appelsínubita, hvítar baunir, rauðlauk og saxaða steinselju.
d) Þeytið saman sítrónusafa, ólífuolíu, hunangi (ef það er notað), salt og pipar í lítilli skál. Dreypið dressingunni yfir salatið og hrærið varlega til að blandast saman.
e) Smakkaðu salatið og stilltu kryddið ef þarf. Þú getur bætt við meiri sítrónusafa, ólífuolíu eða salti og pipar eftir því sem þú vilt.
f) Látið salatið standa í um það bil 10-15 mínútur til að leyfa bragðinu að blandast saman.
g) Berið fram ristuðu radísuna, appelsínuna og hvíta baunasalatið við stofuhita eða kælt.

81.Radísusalat og kínóa

HRÁEFNI:
- 1 búnt radísur, snyrtar og þunnar sneiðar
- 1 bolli soðið kínóa
- 1/4 bolli mulinn fetaostur
- 2 matskeiðar söxuð fersk basilíka
- Safi úr 1 sítrónu
- 2 matskeiðar ólífuolía
- Salt og pipar eftir smekk

LEIÐBEININGAR:
a) Blandið saman radísum, soðnu kínóa, muldum fetaosti og saxaðri ferskri basilíku í skál.
b) Í lítilli skál, þeytið saman sítrónusafa, ólífuolíu, salti og pipar.
c) Dreypið dressingunni yfir radísublönduna og blandið varlega saman.
d) Berið fram kælt.

HLIÐAR

2.Brenndar radísur

HRÁEFNI:
- 1 búnt radísur, snyrt og helmingað
- 1 matskeið ólífuolía
- Salt og pipar eftir smekk
- Ferskar kryddjurtir (eins og timjan eða steinselja) til skrauts

LEIÐBEININGAR:
a) Forhitið ofninn í 425°F (220°C).
b) Kasta radísum með ólífuolíu, salti og pipar í skál þar til þær eru vel húðaðar.
c) Dreifið radísunum á bökunarplötu í einu lagi.
d) Steikið í ofni í 15-20 mínútur þar til radísurnar eru orðnar mjúkar og örlítið karamellískar.
e) Skreytið með ferskum kryddjurtum áður en borið er fram.

3.Radískálssalat

HRÁEFNI:
- 1 búnt radísur, snyrtar og þunnar sneiðar
- 1/2 lítið rauðkál, skorið í þunnar sneiðar
- 1 gulrót, rifin
- 1/4 bolli majónesi
- 1 matskeið eplaedik
- 1 tsk hunang
- Salt og pipar eftir smekk

LEIÐBEININGAR:
a) Í stórri skál skaltu sameina radísur, rauðkál og gulrót.
b) Í lítilli skál, þeytið saman majónesi, eplaediki, hunangi, salti og pipar.
c) Hellið dressingunni yfir grænmetið og blandið þar til það er vel húðað.
d) Geymið í kæli í að minnsta kosti 30 mínútur áður en það er borið fram.

4.Hunangsristaðar radísur

HRÁEFNI:

- 1 búnt radísur, snyrt og helmingað
- 2 matskeiðar ólífuolía
- 2 matskeiðar hunang
- 1 tsk Dijon sinnep
- Salt og pipar eftir smekk
- Fersk timjanblöð, til skrauts (valfrjálst)

LEIÐBEININGAR:

a) Forhitið ofninn í 425°F (220°C).
b) Þeytið saman ólífuolíu, hunang, Dijon sinnep, salt og pipar í skál.
c) Kasta radísum í hunangsblöndunni þar til þær eru jafnhúðaðar.
d) Setjið radísurnar á bökunarplötu klædda bökunarpappír.
e) Steikið í ofni í 15-20 mínútur, eða þar til radísurnar eru orðnar mjúkar og karamellískar.
f) Takið úr ofninum og skreytið með fersku timjanlaufi ef vill.
g) Berið fram sem sætt og bragðmikið meðlæti.
h) Njóttu þessa bragðmikla radishmeðlætis! Þeir geta verið gre

5. Súrsaðar radísur

HRÁEFNI:
- 1 búnt radísur, snyrtar og þunnar sneiðar
- 1 bolli hvítt edik
- 1/2 bolli vatn
- 1/4 bolli sykur
- 1 matskeið salt
- 1 tsk heil svört piparkorn
- 1 tsk sinnepsfræ
- 1 tsk dillfræ

LEIÐBEININGAR:
a) Blandið saman ediki, vatni, sykri, salti, svörtum piparkornum, sinnepsfræjum og dillfræjum í pott.
b) Látið suðuna koma upp og hrærið þar til sykurinn og saltið leysast upp.
c) Setjið sneiðar radísur í dauðhreinsaða krukku.
d) Hellið heitum súrsunarvökvanum yfir radísurnar og tryggið að þær séu að fullu á kafi.
e) Látið súrsuðu radísurnar kólna niður í stofuhita, hyljið síðan og kælið í að minnsta kosti 24 klukkustundir áður en þær eru bornar fram.

5.Hvítlaukur radísur

HRÁEFNI:

- 1 búnt radísur, snyrt og helmingað
- 2 matskeiðar ólífuolía
- 4 hvítlauksgeirar, saxaðir
- Salt og pipar eftir smekk
- Fersk steinselja, söxuð, til skrauts (valfrjálst)

LEIÐBEININGAR:

a) Forhitið ofninn í 400°F (200°C).
b) Í skál, kastaðu radísunum með ólífuolíu, hakkað hvítlauk, salti og pipar þar til þær eru vel húðaðar.
c) Setjið radísurnar á bökunarplötu klædda bökunarpappír.
d) Steikið í ofni í 15-20 mínútur, eða þar til radísurnar eru mjúkar og gullnar.
e) Takið úr ofninum og skreytið með ferskri steinselju ef vill.
f) Berið fram sem bragðmikið og ilmandi meðlæti.

7. Radísa og eplasalat

HRÁEFNI:
- 1 búnt radísur, snyrtar og þunnar sneiðar
- 1 epli, þunnt sneið
- 1/4 bolli saxaðar valhnetur
- 2 matskeiðar saxuð fersk steinselja
- Safi úr 1 sítrónu
- 2 matskeiðar grísk jógúrt
- Salt og pipar eftir smekk

LEIÐBEININGAR:
a) Í skál skaltu sameina radísur, eplasneiðar, saxaðar valhnetur og saxaða ferska steinselju.
b) Hrærið saman sítrónusafa, grískri jógúrt, salti og pipar í lítilli skál.
c) Dreypið dressingunni yfir radísublönduna og blandið varlega saman.
d) Berið fram kælt.

8.Miso gljáðar radísur

HRÁEFNI:

- 1 búnt radísur, snyrt og helmingað
- 2 matskeiðar miso paste
- 1 matskeið sojasósa
- 1 matskeið hlynsíróp eða hunang
- 1 matskeið jurtaolía
- Sesamfræ til skrauts (valfrjálst)
- Grænn laukur, saxaður, til skrauts (valfrjálst)

LEIÐBEININGAR:

a) Forhitið ofninn í 400°F (200°C).
b) Í skál, þeytið saman miso-mauk, sojasósu, hlynsíróp og jurtaolíu þar til það hefur blandast vel saman.
c) Kasta radísum í miso gljáa þar til þær eru jafnhúðaðar.
d) Setjið radísurnar á bökunarplötu klædda bökunarpappír.
e) Steikið í ofni í 15-20 mínútur, eða þar til radísurnar eru orðnar mjúkar og örlítið karamellískar.
f) Takið úr ofninum og stráið sesamfræjum og grænum lauk yfir ef vill.
g) Berið fram sem ljúffengt og bragðmikið meðlæti.

Radís Kimchi

Hráefni:

- 2 pund kóreskar radísur (mu), skrældar og skornar í 1 tommu teninga
- 2 matskeiðar gróft sjávarsalt
- 2 hvítlauksgeirar, saxaðir
- 1 tsk engifer, rifinn
- 2 matskeiðar kóreskar rauðar piparflögur (gochugaru)
- 1 msk fiskisósa (valfrjálst, fyrir umami bragð)
- 1 matskeið sojasósa (valfrjálst, fyrir aukna dýpt bragðsins)
- 1 matskeið sykur
- 4 grænir laukar, saxaðir
- 1 lítil gulrót, söxuð (valfrjálst)

LEIÐBEININGAR:

a) Setjið radishetingana í stóra blöndunarskál. Stráið salti yfir radísurnar og hrærið þannig að þær verði jafnt yfir. Leyfðu þeim að sitja í um það bil 30 mínútur til að losa raka þeirra.

b) Skolið radishteningana undir köldu vatni til að fjarlægja umfram salt. Tæmdu þau vel og færðu þau yfir í hreina, þurra skál.

c) Í sérstakri skál skaltu sameina hakkaðan hvítlauk, rifið engifer, kóreskar rauðpiparflögur, fiskisósu (ef þú notar), sojasósu (ef þú notar) og sykur. Blandið vel saman til að mynda deiglíka blöndu.

d) Bætið deiginu við radishetingana og hrærið til að radísurnar eru jafnt húðaðar með kryddinu. Bætið grænum lauk og gulrótum (ef það er notað) út í og blandið öllu saman.

e) Pakkaðu kryddduðu radishblöndunni þétt í hreina glerkrukku, þrýstu niður til að fjarlægja loftvasa. Skildu eftir um það bil tommu af höfuðrými efst.

f) Lokaðu krukkunni með loki en lokaðu henni ekki vel til að leyfa gasi að komast út við gerjun. Settu krukkuna á köldum, dimmum stað, eins og skáp eða búri, og láttu hana gerjast í 2 til 5 daga. Athugaðu kimchi daglega og þrýstu því niður með hreinni skeið til að radísurnar séu á kafi í vökvanum sem myndast.

g) Smakkaðu kimchi eftir 2 daga til að athuga hvort þú vilt gerjunarstig. Ef það hefur fengið það bragðmikla og örlítið súra bragð sem þú kýst skaltu flytja krukkuna í kæli til að hægja á gerjunarferlinu. Annars skaltu halda áfram að gerja í nokkra daga í viðbót þar til þú nærð æskilegu bragði.

h) Radish Kimchi er hægt að njóta strax, en það mun halda áfram að þróa bragð þegar það gerjast í kæli. Það má geyma í kæli í nokkrar vikur.

DRYKKIR

0. Pea Shoot & Radish Smoothie

HRÁEFNI:
- ¼ bolli af rófa af örgrænu grænmeti
- ½ bolli ertasprotar
- ⅛ bolli oregano
- ¼ bolli radish microgreens
- 1 frosinn banani
- ½ mangó, í teningum
- 6 bollar appelsínusafi
- 1 bolli hrein jógúrt
- Sprauta af hunangi

LEIÐBEININGAR:
a) Blandið saman í blandara
b) Taktu það, kalt!

1. Radish límonaði

HRÁEFNI:
- 1 bolli radísur, snyrtar og saxaðar
- 4 bollar vatn
- 1/2 bolli nýkreistur sítrónusafi
- 1/4 bolli hunang eða sætuefni að eigin vali
- Ísmolar
- Fersk myntulauf til skrauts

LEIÐBEININGAR:
a) Blandið saman radísum og vatni í blandara. Blandið þar til slétt.
b) Sigtið blönduna í gegnum fínt möskva sigti í könnu.
c) Bætið sítrónusafa og hunangi í könnuna og hrærið þar til það hefur blandast vel saman.
d) Berið fram yfir ísmola og skreytið með fersku myntulaufi.

2.Spicy Radish Bloody Mary

HRÁEFNI:
- 4 radísur, snyrtar og skornar í sneiðar
- 2 bollar tómatsafi
- 2 matskeiðar nýkreistur sítrónusafi
- 1 msk Worcestershire sósa
- 1 tsk heit sósa
- Salt og pipar eftir smekk
- Sellerístilkar og radísusneiðar til skrauts

LEIÐBEININGAR:

Blandið saman radísum, tómatsafa, sítrónusafa, Worcestershire sósu, heitri sósu, salti og pipar í blandara. Blandið þar til slétt.
Fylltu glös af ísmolum og helltu kryddblöndunni yfir ísinn.
Skreytið með sellerístönglum og radísusneiðum.
Berið fram kælt sem hressandi og kryddaðan Bloody Mary.

3.Radish Mint Mojito

HRÁEFNI:
- 4 radísur, snyrtar og skornar í sneiðar
- 10 fersk myntublöð
- 2 matskeiðar nýkreistur lime safi
- 2 matskeiðar einfalt síróp
- Klúbbgos
- Ísmolar
- Limebátar og radísusneiðar til skrauts

LEIÐBEININGAR:
a) Blandið saman radísum, myntulaufum, limesafa og einföldu sírópi í glasi.
b) Fylltu glasið af ísmolum og toppið með sódavatni.
c) Hrærið varlega til að blanda saman.
d) Skreytið með limebátum og radísusneiðum.
e) Berið fram kælt sem hressandi og mynturíkan Mojito.

4. Radish Ginger Detox Smoothie

HRÁEFNI:
- 1 bolli radísur, snyrtar og saxaðar
- 1 tommu ferskt engifer, skrælt og rifið
- 1 bolli ananasbitar
- 1 bolli kókosvatn
- 1 matskeið hunang eða sætuefni að eigin vali
- Ísmolar

LEIÐBEININGAR:

a) Blandið saman radísum, engifer, ananasbitum, kókosvatni, hunangi og ísmolum í blandara.
b) Blandið þar til slétt og rjómakennt.
c) Hellið í glas og berið fram strax sem frískandi og afeitrandi smoothie.

5. Radísur og berjasmoothie

HRÁEFNI:

- 1 bolli radísur, snyrtar og saxaðar
- 1 bolli blönduð ber (eins og jarðarber, bláber og hindber)
- 1 bolli möndlumjólk eða hvaða mjólk að eigin vali
- 1 matskeið hunang eða sætuefni að eigin vali
- Ísmolar

LEIÐBEININGAR:

a) Blandið saman radísum, blönduðum berjum, möndlumjólk, hunangi og ísmolum í blandara.
b) Blandið þar til slétt og rjómakennt.
c) Hellið í glas og berið strax fram sem líflegan og andoxunarríkan smoothie.

6.Radish agúrka kælir

HRÁEFNI:

- 2 radísur, snyrtar og skornar í sneiðar
- 1/2 agúrka, afhýdd og saxuð
- Safi úr 1 lime
- 1 msk agavesíróp eða sætuefni að eigin vali
- Klúbbgos
- Ísmolar
- Gúrkusneiðar og radísusneiðar til skrauts

LEIÐBEININGAR:

a) Blandaðu saman radísum, agúrku, limesafa og agavesírópi í blandara. Blandið þar til slétt.
b) Fylltu glös af ísmolum og helltu radísugúrkublöndunni yfir ísinn.
c) Toppið með club gosi og hrærið varlega til að blanda saman.
d) Skreytið með agúrkusneiðum og radísusneiðum.
e) Berið fram kælt sem hressandi og rakagefandi kælir.

7. Radish Orange Mocktail

HRÁEFNI:

- 4 radísur, snyrtar og skornar í sneiðar
- Safi úr 2 appelsínum
- 1 matskeið hunang eða sætuefni að eigin vali
- Freyðivatn eða gos
- Ísmolar
- Appelsínusneiðar og radísusneiðar til skrauts

LEIÐBEININGAR:

a) Blandaðu saman radísum, appelsínusafa og hunangi í blandara. Blandið þar til slétt.
b) Fylltu glös af ísmolum og helltu radísuappelsínublöndunni yfir ísinn.
c) Toppið með freyðivatni eða gosi og hrærið varlega til að blanda saman.
d) Skreytið með appelsínusneiðum og radísusneiðum.
e) Berið fram kælt sem lifandi og sítruskenndur mocktail.

8. Radish Ananas Punch

HRÁEFNI:
- 2 radísur, snyrtar og skornar í sneiðar
- 1 bolli ananassafi
- 1/2 bolli appelsínusafi
- 1/4 bolli trönuberjasafi
- 1 msk nýkreistur sítrónusafi
- Ísmolar
- Ananasbátar og radísusneiðar til skrauts

LEIÐBEININGAR:
a) Blandaðu saman radísum, ananassafa, appelsínusafa, trönuberjasafa og sítrónusafa í blandara. Blandið þar til slétt.
b) Fylltu glös af ísmolum og helltu radísananasblöndunni yfir ísinn.
c) Skreytið með ananasbátum og radísusneiðum.
d) Berið fram kælt sem ávaxtaríkt og suðrænt punch.

9. Radish Grapefruit Spritzer

HRÁEFNI:

- 2 radísur, snyrtar og skornar í sneiðar
- Safi úr 1 greipaldin
- 1 matskeið hunang eða sætuefni að eigin vali
- Freyðivatn eða gos
- Ísmolar
- Greipaldinssneiðar og radísusneiðar til skrauts

LEIÐBEININGAR:

a) Blandaðu saman radísum, greipaldinsafa og hunangi í blandara. Blandið þar til slétt.
b) Fylltu glös með ísmolum og helltu radishgreipblöndunni yfir ísinn.
c) Toppið með freyðivatni eða gosi og hrærið varlega til að blanda saman.
d) Skreytið með greipaldinsneiðum og radísusneiðum.
e) Berið fram kælt sem kraftmikinn og freyðandi spritzer.

Radish Mocktail Sunrise

HRÁEFNI:

- 4 radísur, snyrtar og skornar í sneiðar
- 1 bolli appelsínusafi
- 1/2 bolli ananassafi
- Grenadínsíróp
- Ísmolar
- Appelsínusneiðar og radísusneiðar til skrauts

LEIÐBEININGAR:

a) Blandaðu saman radísum, appelsínusafa og ananassafa í blandara. Blandið þar til slétt.
b) Fylltu glös af ísmolum og helltu radísusafablöndunni yfir ísinn.
c) Hellið smá magni af grenadínsírópi hægt niður á hlið hvers glass og leyfið því að sökkva til botns.
d) Skreytið með appelsínusneiðum og radísusneiðum.
e) Berið fram kældan sem lifandi og ávaxtaríkan spotta með sólarupprásaráhrifum.

NIÐURSTAÐA

Þegar við ljúkum þessari matreiðsluferð vonum við að "Radish Delights: Exploring the Multiplex of a Vibrant Veggie" hafi veitt þér innblástur til að tileinka þér einstaka bragði og fjölhæfni radísna í þínu eigin eldhúsi. Þetta hógværa rótargrænmeti hefur upp á svo margt að bjóða og við hvetjum þig til að halda áfram að kanna möguleika þess og setja það inn í máltíðirnar þínar.

Allt frá hressandi marr í salötum til yndislegra umbreytinga í elduðum réttum og jafnvel eftirréttum, radísur hafa kraft til að koma á óvart og gleðja. Með uppskriftunum og aðferðunum sem deilt er í þessari matreiðslubók vonum við að þú hafir öðlast sjálfstraust og sköpunargáfu til að gera radísur að aðalefni í matreiðslulistinni þinni.

Svo, þegar þú leggur af stað í þín eigin radísuævintýri, láttu "Radish Delights" vera traustan félaga þinn, veita þér dýrindis uppskriftir, gagnlegar ábendingar og tilfinningu fyrir innblástur. Faðmaðu líflega bragðið og áferð radísunnar og láttu þær koma með ferskleika og spennu í réttina þína.

Megi eldhúsið þitt fyllast af fallegum litum og djörfum bragði radísna þegar þú skoðar fjölhæfni þeirra og býrð til eftirminnilegar máltíðir. Gleðilega eldamennsku og megi radísugleðina þína færa þér gleði og ljúffengt borð!

www.ingramcontent.com/pod-product-compliance
Lightning Source LLC
Chambersburg PA
CBHW071856110526
44591CB00011B/1434